Theo Bước Chân Ngài — Thử Thách WWJD 40 Ngày:

Sống Như Chúa Jesus Trong Những Câu Chuyện Có Thật Trên Thế Giới

Qua

Zacharias Godseagle, Comfort Ladi Ogbe, Đại sứ Thứ Hai Ogbe

Trang bản quyền

Theo Bước Chân Ngài — Thử Thách WWJD 40 Ngày: Sống Như Chúa Jesus Trong Những Câu Chuyện Có Thật Trên Thế Giới

Được xuất bản bởi
Zacharias Godseagle
trong quan hệ đối tác với
Bộ Truyền giáo Đại bàng của Chúa (GEMs)
Trang web: www.otakada.org
Email: info@otakada.org

Thiết kế bìa bởi: Nhóm nội bộ GEM
Định dạng bên trong: [Chèn tên nếu có]
Được in tại Hoa Kỳ
Phiên bản đầu tiên: 2025

Trừ khi có chỉ dẫn khác, tất cả các trích dẫn Kinh thánh đều được lấy từ Kinh thánh, Bản dịch Sống mới (NLT),

Cuốn sách này là tác phẩm kể chuyện và giảng dạy về lòng sùng đạo. Các nhân vật trong những câu chuyện hiện đại là hư cấu hoặc lấy cảm hứng từ các sự kiện có thật, được kể lại với tên, địa điểm hoặc hoàn cảnh được điều chỉnh để rõ ràng, riêng tư hoặc nhấn mạnh.

Mô tả sách - Theo Bước Chân Ngài — Thử Thách 40 Ngày Của WWJD: Sống Như Chúa Jesus Trong Những Câu Chuyện Có Thật Trên Thế Giới

Chúa Giê-su sẽ làm gì… nếu Ngài ở trong hoàn cảnh của bạn?

Trong một thế giới chia rẽ bởi văn hóa, chính trị, nỗi đau và áp lực, chương trình cầu nguyện toàn cầu kéo dài 40 ngày này thách thức bạn sống theo câu trả lời — từng câu chuyện, từng thử thách.

Dựa trên câu hỏi bất hủ trong tác phẩm *In His Steps* của Charles Sheldon, bài suy ngẫm đương đại này mang thông điệp WWJD vào thời đại hiện đại — với những câu chuyện từ hơn 25 quốc gia, có sự góp mặt của thanh thiếu niên, gia đình, người sáng tạo, lãnh đạo doanh nghiệp, người tị nạn, nhóm thờ phượng, nhà hoạt động, v.v.

Mỗi ngày bao gồm:

- Một câu chuyện hấp dẫn thời hiện đại (hơn 1000 từ)
- Suy ngẫm Kinh Thánh
- Sự khẳng định và cam kết
- Kế hoạch hành động
- Cầu nguyện
- Nhật ký nhắc nhở
- Hướng dẫn thảo luận nhóm

Cho dù bạn là một cá nhân, một nhóm nhỏ, một nhà thờ hay một gia đình, bài viết sùng đạo này chính là lời mời gọi bạn đổi sự thoải mái lấy lòng can đảm và đổi lý thuyết lấy sự biến đổi.

Những câu chuyện có thật. Những câu hỏi sâu sắc. Một bước đi triệt để.
Phong trào bắt đầu từ **bạn** . Bạn có bước đi không?

Mô tả bìa sách bìa mềm toàn cầu

Một cuốn sách toàn cầu, giàu câu chuyện, kéo dài 40 ngày, thách thức bạn sống như Chúa Jesus — với sự phản ánh, cầu nguyện và hành động mạnh mẽ.
Từ các thành phố ở Châu Á đến các ngôi làng ở Châu Phi, và từ phòng họp đến phòng ngủ, hãy khám phá ý nghĩa thực sự của việc bước theo dấu chân Ngài.

Về cuốn sách

Theo Bước Chân Ngài — Thử Thách 40 Ngày Của WWJD: Sống Như Chúa Jesus Trong Những Câu Chuyện Có Thật Trên Khắp Thế Giới

Cuộc sống của bạn sẽ như thế nào nếu trong 40 ngày tới, bạn dừng lại trước mọi quyết định và tự hỏi: **"Chúa Giê-su sẽ làm gì?"**
Lựa chọn của bạn sẽ thay đổi ra sao? Các mối quan hệ của bạn? Công việc kinh doanh, đức tin của bạn, lòng dũng cảm của bạn?

In His Steps — Thử thách 40 ngày WWJD: Sống như Chúa Jesus trong những câu chuyện đời thực trên khắp thế giới không chỉ là một cuốn sách sùng đạo. Đó là một hành trình chuyển đổi cá nhân. Lấy cảm hứng từ thông điệp vượt thời gian của tác phẩm kinh điển *In His Steps của Charles Sheldon* , cuốn sách này đưa câu hỏi "WWJD" vào thế giới thực ngày nay — với những câu chuyện hiện đại, hấp dẫn và mạnh mẽ về mặt cảm xúc được rút ra từ:

- Phòng họp và bàn gia đình
- Hành lang trường học và ghế nhà thờ
- Những ngôi nhà đổ nát và những nền tảng đang mọc lên
- Thất bại riêng tư và thử nghiệm công khai

Mỗi ngày trong 40 ngày có đặc điểm:

- Một **câu chuyện có tính khích lệ, cứu rỗi** (về chủ đề kinh doanh, gia đình, thanh thiếu niên hoặc nhà thờ)
- **Suy ngẫm Kinh thánh** bằng cách sử dụng bản dịch NLT hoặc AMP
- Một **thử thách của WWJD** áp dụng tấm gương của Chúa Jesus vào những lựa chọn trong thế giới thực
- Một **lời khẳng định mạnh mẽ** và **cam kết cá nhân**
- Một **kế hoạch hành động thực tế** mà bạn có thể thực hiện ngay hôm nay
- Một **lời cầu nguyện chân thành** để kết nối với Chúa
- **Phần nhật ký** có hướng dẫn để suy ngẫm sâu hơn
- **Các câu hỏi thảo luận** nhóm dành cho nhà thờ, nhóm thanh thiếu niên và gia đình

Đây không chỉ là việc đọc — mà là việc **phản hồi** .
Không chỉ là cảm hứng — mà còn là **sự kích hoạt** .

Cho dù bạn là một giám đốc điều hành, một thiếu niên, một phụ huynh đơn thân hay một nhà lãnh đạo nhà thờ, **hành trình này sẽ thử thách bạn sống với sự vâng lời mạnh mẽ giống như Chúa Kitô — từng ngày, từng bước một.**

Bạn đã sẵn sàng noi theo bước chân Ngài chưa?

Mục lục

Về Tác giả

Zacharias Godseagle , Comfort Ladi Ogbe và Đại sứ Monday Ogbe là những mục sư và môn đồ toàn cầu đầy nhiệt huyết, cam kết trang bị cho các tín đồ để sống tình yêu và quyền năng của Chúa Jesus trong cuộc sống hàng ngày. Thông qua *God's Eagle Ministries* và các nền tảng của họ www.otakada.org và www.wealthbeyondworryseries.com , họ tiếp cận các quốc gia bằng các nguồn tài nguyên dựa trên đức tin kết hợp Kinh thánh, câu chuyện và chiến lược để chuyển đổi.

Theo Bước Chân Ngài — Thử Thách 40 Ngày Của WWJD: Sống Như Chúa Jesus Trong Những Câu Chuyện Có Thật Trên Khắp Thế Giới là một phần trong sứ mệnh ngày càng phát triển của họ nhằm đánh thức các tín đồ trên khắp thế giới tuân theo sự vâng phục triệt để và sống giống Chúa Kitô trong mọi phạm vi ảnh hưởng.

Một thông điệp gửi đến bạn — Người đọc

Bạn thân mến,

Bạn đang cầm trên tay nhiều thứ hơn là một cuốn sách sùng đạo — đây là một **thử thách** , một **lời kêu gọi** và một **hành trình chuyển đổi** .

Trong 40 ngày tiếp theo, bạn được mời **dừng lại trước mỗi quyết định** — dù lớn hay nhỏ — và đặt câu hỏi thay đổi cuộc đời:
"Chúa Giê-su sẽ làm gì?"

Câu hỏi này không phải là sáo rỗng. Đó là la bàn. Nó chỉ cho bạn cuộc sống mà Chúa Jesus sẽ sống **nếu Ngài ở trong hoàn cảnh của bạn ngày hôm nay** — với công việc, gia đình, hoàn cảnh, ảnh hưởng của bạn.

Bên trong những trang sách này là những câu chuyện lấy cảm hứng từ những cuộc đấu tranh thực sự — áp lực tài chính, sự thỏa hiệp của bạn bè, sự thờ ơ về mặt tinh thần, nỗi đau hôn nhân và nhiều thứ khác nữa. Nhưng qua mỗi câu chuyện, có một sự thật vang vọng:
Con đường của Chúa Jesus không dễ dàng — nhưng nó đáng giá.

Cho dù bạn 17 hay 70 tuổi, là giám đốc điều hành hay sinh viên, là phụ huynh hay mục sư — **hành trình này dành cho bạn** . Đừng chỉ đọc. **Hãy sống theo.**

Hãy để câu hỏi này thay đổi bạn:
Chúa Giê-su sẽ làm gì... nếu Ngài là bạn?

Ân điển và sức mạnh,
Zacharias Godseagle, Comfort Ladi Ogbe, & Đại sứ Monday Ogbe
God's Eagle Ministries (GEM)

Cách sử dụng Sách hướng dẫn này (Định dạng cá nhân)

Để tận dụng tối đa Thử thách WWJD 40 ngày này:

1. **Đặt thời gian và không gian hàng ngày** để tĩnh tâm và không bị phân tâm — sáng sớm hoặc buổi tối là thời điểm tốt nhất.
2. **Đọc chậm câu chuyện.** Tưởng tượng mình trong đó. Cảm nhận sự căng thẳng. Tự hỏi, *tôi sẽ làm gì?*
3. **Tham gia đầy đủ vào từng phần** — đọc Kinh thánh, nói lời khẳng định thành tiếng, viết vào phần nhật ký, cầu nguyện từ trái tim.
4. **Hành động** — Trải nghiệm thử thách hàng ngày theo cách thực tế và hữu hình.
5. **Lặp lại hàng ngày.** Sự phát triển nằm ở tính nhất quán chứ không phải sự hoàn hảo.

MẸO: Giữ một cuốn sổ tay hoặc đánh dấu những hiểu biết quan trọng. Bạn sẽ muốn quay lại xem chúng.

Cách sử dụng Sách hướng dẫn này như một công cụ cho nhóm, nhà thờ hoặc lãnh đạo

Sách cầu nguyện này được thiết kế cho **các nhóm nhỏ, nhà thờ, nhóm thanh thiếu niên, nhóm lãnh đạo và gia đình.** Sau đây là cách thực hiện:

Định dạng hàng tuần (Đề xuất)

- Đọc **5–6 bài học tôn giáo mỗi tuần** , sau đó họp lại hàng tuần để thảo luận.
- Sử dụng **Câu hỏi học nhóm** vào cuối mỗi ngày để định hướng cuộc trò chuyện.

Luồng thảo luận

1. **Mở đầu bằng lời cầu nguyện.**
2. Đọc hoặc tóm tắt các bài đọc suy ngẫm trong tuần.
3. Suy ngẫm về 1–2 câu chuyện gây được nhiều chú ý nhất.
4. Cùng nhau trả lời các câu hỏi thảo luận.
5. Mời các thành viên trong nhóm chia sẻ những lời chứng thực về WWJD ngoài đời thực.
6. Kết thúc bằng lời cầu nguyện và cam kết cho tuần tiếp theo.

Mẹo của người lãnh đạo

- Tạo một không gian an toàn, không phán xét để chia sẻ một cách trung thực.
- Hãy để sự im lặng làm nhiệm vụ nặng nề — đừng vội vàng suy ngẫm sâu sắc.
- Luôn kết thúc bằng **lời cầu nguyện** và **những hành động thực tế.**

Kế hoạch phần giới thiệu

1. **Về cuốn sách** *(hoàn thành — đã chia sẻ ở trên)*
2. **Một thông điệp gửi đến người đọc** *(lời kêu gọi hành động có tính động lực)*
3. **Cách sử dụng Sách hướng dẫn này (Riêng lẻ)**
4. **Cách sử dụng Sách hướng dẫn này (Sử dụng cho nhóm, nhà thờ, gia đình hoặc lãnh đạo)**
5. **Trang cam kết của Giao ước WWJD** *(cho cá nhân/nhóm ký trước khi bắt đầu Ngày 1)*

Trang giao ước WWJD (Tùy chọn nhưng mạnh mẽ)

GIAO ƯỚC THÁCH THỨC WWJD

Trong 40 ngày tiếp theo, tôi chọn hỏi và hành động theo một câu hỏi có thể thay đổi cuộc đời:
"Chúa Giê-su sẽ làm gì?"

Tôi cam kết:

- Đọc và suy ngẫm hàng ngày
- Sự vâng lời mạnh mẽ giống như Chúa Kitô
- Lắng nghe Chúa Thánh Thần
- Để Chúa Giêsu định hình suy nghĩ, lời nói và hành động của tôi

Tôi thực hiện thử thách này không phải vì nghĩa vụ mà vì **tình yêu, sự khao khát và mong muốn bước theo dấu chân Ngài** .

Đã ký: ____________________________

Ngày: ______________________________

(Các trưởng nhóm cũng có thể mời nhóm của mình cùng ký vào bản này.)

Sự cống hiến

Gửi đến mọi tâm hồn đang đấu tranh trong im lặng.
Gửi đến mọi trái tim thì thầm, *"Tôi muốn làm điều đúng đắn, nhưng tôi không biết làm thế nào."*
Gửi đến những người cha, người mẹ, người con trai, người con gái, người lãnh đạo và người học... những người đã dám hỏi,
"Chúa Giê-su sẽ làm gì — nếu Ngài ở trong hoàn cảnh của tôi?"

Điều này dành cho bạn.
Mong rằng 40 ngày này sẽ đánh thức lòng can đảm, niềm tin và hành động giống Chúa Kitô trong bạn.

Chúng tôi xin dành tặng tác phẩm này cho Chúa và Đấng Cứu Thế của chúng tôi, **Chúa Jesus Christ** ,
người mà chúng tôi noi theo — dù không hoàn hảo nhưng hết lòng.

Sự thừa nhận

Chúng tôi xin chân thành cảm ơn:

- **Charles M. Sheldon** , người có câu hỏi bất hủ "Chúa Jesus sẽ làm gì?" vẫn tiếp tục thách thức nhiều thế hệ.
- Những người cố vấn, thành viên gia đình và các nhà lãnh đạo tinh thần đã dạy chúng ta lắng nghe tiếng thì thầm của Chúa Jesus trong những quyết định hàng ngày.
- Nhiều tín đồ ẩn danh sống đức tin của mình hàng ngày — không phải để được khen ngợi, mà để vâng lời.

Gửi đến gia đình và những người cộng tác trong mục vụ tại **God's Eagle Ministries (GEM)** — đức tin, sự khích lệ và sự hy sinh của các bạn đã giúp công việc này thành công.

Trên hết, xin dâng lên Chúa **Thánh Linh** , Đấng cáo trách, khuyên bảo và an ủi chúng ta trên hành trình này — đây là công việc của Ngài qua bàn tay chúng con.

Lời nói đầu/Giới thiệu

Trong một thế giới ồn ào của những khẩu hiệu tự lực, những giải pháp nhanh chóng và tâm linh nông cạn, chúng ta khao khát một điều gì đó sâu sắc hơn — một điều gì đó có thể **cắt ngang tiếng ồn** và gọi chúng ta trở về với cốt lõi của đời sống Cơ đốc:
Theo Chúa Jesus. Thực sự. Hàng ngày. Trọn vẹn.

Cuốn sách này ra đời từ nỗi khát khao đó.

Chúng tôi bị cuốn hút bởi *In His Steps của Charles Sheldon* — không chỉ là thông điệp của nó, mà còn là tác động của nó. Tuy nhiên, chúng tôi biết rằng thế giới ngày nay cần ngôn ngữ của ngày nay, câu chuyện của ngày nay và những cuộc đấu tranh của ngày nay.

Vì vậy, chúng tôi đã hỏi:
Điều gì sẽ xảy ra nếu có người kể những câu chuyện hiện đại về những người đang cố gắng - thực sự cố gắng - bước theo dấu chân Chúa Jesus?

Hành trình 40 ngày này chính là câu trả lời của chúng tôi.

Bạn sẽ thấy mình trong những trang này — với tư cách là cha mẹ, nhà lãnh đạo, thanh niên, ông chủ, tín đồ. Và qua mỗi câu chuyện, bạn sẽ được mời hỏi, như chúng tôi đã làm:

"Chúa Giê-su sẽ làm gì — ngay tại đây, ngay bây giờ?"

Chúng tôi không viết điều này để gây ấn tượng với bạn. Chúng tôi viết nó để *biến đổi* bạn — giống như cách nó đã biến đổi chúng tôi.

Đó là một câu hỏi lần đầu tiên được rao giảng trong một nhà thờ thị trấn nhỏ cách đây hơn 100 năm.
Nó không phức tạp. Nó không mang tính thần học. Nó mang tính cá nhân. Nó sâu sắc. Nó mang tính cách mạng:

"Chúa Giê-su sẽ làm gì?"

Câu hỏi đó lan rộng khắp các thành phố, quốc gia, thế hệ. Tuy nhiên — nó chưa bao giờ có liên quan hơn như ngày nay.

Tại sao? Bởi vì thế giới đang theo dõi. Không phải những Cơ đốc nhân hoàn hảo, mà là **những người theo Chúa** Jesus đích thực, những người sống, yêu, nói và hành động giống như Ngài — trong những tình huống thực tế, không chỉ là bối cảnh tôn giáo.

Cuốn sách này là lời mời bạn tham gia phong trào đó — không chỉ bằng cách đeo vòng tay WWJD mà còn bằng cách **sống theo WWJD hàng ngày** :

- Trong các cuộc họp kinh doanh và bàn bếp
- Trên mạng xã hội và trong căng tin trường học
- Trong hôn nhân, chức thánh, tiền bạc và những khoảnh khắc quyết định thầm lặng

Mỗi ngày trong bài suy ngẫm này đều nhằm mục đích giúp bạn làm một điều:
Sống giống Chúa Jesus hơn — trong cuộc sống thực của bạn.

Vậy chúng ta hãy bắt đầu.
Không phải bằng cách hỏi, "Những người khác sẽ nghĩ gì?"
Thậm chí không phải bằng cách hỏi, "Tôi cảm thấy

gì?"
Mà bằng cách hỏi và trả lời:
"Chúa Giê-su sẽ làm gì?"

Ngày 1 – Lời mời làm việc thử thách đức tin

Câu chuyện kinh doanh: "Sự cám dỗ của Michael"

Tập trung vào Kinh Thánh

"Hãy hết lòng tin cậy và nương cậy Đức Giê-hô-va.
Chớ nương cậy nơi sự thông sáng hay sự hiểu biết của riêng mình."
— Châm ngôn 3:5 (AMP)

Câu chuyện

Michael luôn tin vào việc làm điều đúng đắn. Một người đàn ông trầm tính, trung thành ở độ tuổi cuối 30, anh làm người hướng dẫn tại nhà thờ địa phương ở Abuja và lãnh đạo một nhóm nam giới một lần mỗi tháng. Nhưng trong mười một tháng qua, việc làm điều đúng đắn không giúp anh trả được hóa đơn.

Sau khi bị sa thải khỏi công việc nhân viên thu mua, Michael đã cạn kiệt tiền tiết kiệm. Vợ anh, Faith, một giáo viên, đã học may vá để giúp đỡ, nhưng vẫn chưa đủ. Ba đứa con của họ đã ngừng học ở trường tư. Tiền thuê nhà đã quá hạn. Những người bạn trong nhà thờ đã giúp đỡ khi họ có thể, nhưng rõ ràng là: Michael cần một công việc — nhanh chóng.

Rồi tiếng gọi đã đến.

Một công ty xây dựng quốc tế muốn mở rộng sang Tây Phi. Họ cần một người địa phương, có học thức và kín đáo. Giọng nói của người tuyển dụng nghe êm ái: "Anh sẽ là người phụ trách xin giấy phép và phê duyệt. Anh biết địa hình. Mức lương gấp ba lần mức lương trước của anh. Chúng tôi sẽ cung cấp cho anh một chiếc xe, trợ cấp nhà ở và phúc lợi sức khỏe. Anh sẽ bắt đầu vào tuần tới."

Tim Michael nhảy lên. Đúng rồi! Cuối cùng Chúa cũng nhớ đến anh.

Cho đến khi anh ấy đọc được dòng chữ nhỏ.

Mô tả công việc yêu cầu "quản lý khách hàng", "tạo điều kiện không chính thức" và "phê duyệt nhanh". Dịch nghĩa? Anh ta được kỳ vọng sẽ hối lộ và thao túng tài liệu — một cách khéo léo.

Anh ta gọi lại cho người tuyển dụng. "Có liên quan đến tham nhũng không?"

Người đàn ông cười. "Chúng tôi không yêu cầu anh ăn cắp, Michael. Chỉ cần... làm mọi thứ trở nên suôn sẻ. Anh sẽ ổn thôi. Mọi người đều làm vậy."

Đêm đó, Michael không ngủ được. Anh nhìn chằm chằm lên trần nhà trong khi Faith cầu nguyện bên cạnh anh.

"Chúa ơi," anh thì thầm. "Điều này có thể thay đổi mọi thứ. Nhưng đây có phải là điều Người muốn không?"

Ông mở cuốn sách cầu nguyện của mình ra và thấy trang sách có dòng chữ:
"Trong mọi việc làm của con, hãy nhận biết Ngài, thì Ngài sẽ chỉ dẫn con đường của con."

Ông biết Chúa Giêsu sẽ làm gì.
Ông biết điều đó sẽ phải trả giá như thế nào.

Sáng hôm sau, anh từ chối lời đề nghị. "Tôi không thể nhận công việc này", anh nói với người tuyển dụng. "Tôi không thể thỏa hiệp".

"Anh sẽ hối hận vì điều này", người đàn ông quát. "Anh nghĩ rằng sự chính trực có thể mua được hàng tạp hóa sao?"

Michael cúp máy, run rẩy — nhưng bình thản.

Hai tuần sau, một người bạn cũ ở trường đại học gọi điện. Một tổ chức phi lợi nhuận đang khởi động sáng kiến xây dựng bền vững và cần một điều phối viên dự án. Họ trả một nửa số tiền đó — nhưng sạch sẽ, có ý nghĩa và phù hợp với các giá trị của anh ấy.

Michael đã nhận việc.

Một năm sau, anh được thăng chức làm giám đốc khu vực. Và mặc dù anh không bao giờ kiếm được nhiều như công ty xây dựng đã hứa, anh đã đạt được thứ có giá trị hơn nhiều: danh dự, mục đích và sự bình yên.

Đôi khi quyết định đúng đắn không mang lại kết quả ngay lập tức. Nhưng nó luôn mang lại kết quả mãi mãi.

Suy ngẫm WWJD

Liệu Chúa Giê-su có chấp nhận cơ hội mang lại sự giàu có nhưng lại đòi hỏi sự thỏa hiệp không?

Sự khẳng định

"Tôi tin vào con đường Chúa dành cho tôi — ngay cả khi nó có vẻ chậm hơn, nhỏ hơn hoặc khó khăn hơn."

Tuyên bố cam kết

Hôm nay, tôi cam kết sẽ lựa chọn sự chính trực hơn cơ hội — bất kể giá nào.

Kế hoạch hành động

Hãy viết ra một lĩnh vực mà bạn thấy dễ thỏa hiệp — và hãy chọn con đường khó khăn hơn, giống như Chúa Kitô ngay hôm nay.

Cầu nguyện

Lạy Chúa Jesus, xin giúp con bước đi trong sự chính trực ngay cả khi khó khăn. Xin nhắc con rằng đường lối của Ngài cao hơn, thời điểm của Ngài là hoàn hảo, và sự cung cấp của Ngài luôn đủ. Xin củng cố lòng con để nói "Không" khi sự thỏa hiệp gõ cửa, và "Có" khi sự công chính gọi. Nhân danh Chúa Jesus, Amen.

Nhật ký

- Trong cuộc sống, tôi cảm thấy áp lực phải "làm những gì cần thiết" ở đâu, ngay cả khi điều đó có vẻ sai?
- Chúa Giêsu sẽ nói gì với tôi về áp lực này?
- Hôm nay tôi có thể đưa ra lựa chọn nào phù hợp với tấm gương của Ngài?

Học nhóm/Câu hỏi thảo luận

1. Bạn có thể nhớ lại thời điểm nào mà việc bảo vệ sự chính trực khiến bạn phải trả giá không? Kết quả là gì?
2. Tại sao chúng ta thường tin rằng lối tắt mang lại sự an toàn?
3. Câu chuyện của Michael thách thức định nghĩa của bạn về "sự cung cấp của Chúa" như thế nào?

Ngày 2 – Khi sự im lặng cảm thấy an toàn hơn

Câu chuyện tuổi trẻ: "Cô gái dám nói"

Tập trung vào Kinh Thánh

"Hãy lên tiếng bênh vực những người không thể tự mình lên tiếng; hãy bảo vệ công lý cho những người bị áp bức."
— Châm ngôn 31:8 (BDM)

Câu chuyện

Adaeze là một học sinh cuối cấp 17 tuổi ở Lagos. Được biết đến với trái tim nhân hậu và trí tuệ sắc sảo, cô là người trầm tính — không nhút nhát, chỉ cẩn thận. Cô tránh xa sự kịch tính và tránh sự chú ý. Ước mơ của cô? Học luật và đấu tranh cho những người không có tiếng nói.

Nhưng cô không ngờ bài kiểm tra lại đến sớm như vậy.

Một sáng thứ Hai, trong giờ học chính phủ, thầy Adebayo — một giáo viên được kính trọng vì thông minh nhưng lại lo sợ vì tính khí nóng nảy của mình — nhận thấy David, một học sinh mắc chứng tự kỷ, đã quên mang theo sách giáo khoa.

Lại.

Với một tiếng thở dài chế giễu, giáo viên bắt đầu một tràng chỉ trích gay gắt. "Có chuyện gì với em vậy? Em có ngu không? Em đủ lớn để nhớ những chỉ dẫn đơn giản!"

Cả lớp đông cứng. Một vài học sinh cười khúc khích một cách lo lắng. Hầu hết đều im lặng, đầu cúi xuống, mắt nhìn đi hướng khác. Adaeze ngồi im - nắm chặt tay dưới gầm bàn.

Cô có thể cảm thấy sự xấu hổ của David lan tỏa như khói trong phòng. Đầu anh cúi xuống. Mắt anh ngấn lệ. Thật tàn nhẫn. Không cần thiết. Và sai trái.

Nhưng cũng dễ hơn… khi không làm gì cả.

"Đừng can thiệp," một giọng nói thì thầm trong đầu cô. "Bạn sẽ là người tiếp theo. Bạn sẽ mất điểm. Hãy im lặng."

Nhưng một giọng nói khác vang lên. Một giọng nói mạnh mẽ hơn. Một giọng nói dũng cảm hơn.

Chúa Giê-su sẽ làm gì?

Liệu Ngài có ngồi im lặng trong một căn phòng đầy sợ hãi không?

Vào cuối giờ học, Adaeze ở lại phía sau. Đôi chân cô run rẩy. Tim cô đập nhanh. Nhưng cô bước đến gần thầy Adebayo và nhẹ nhàng nói:

“Thưa ngài… với sự tôn trọng… Tôi nghĩ những gì xảy ra hôm nay là không công bằng. David xứng đáng được đối xử tử tế. Làm ơn, thưa ngài. Tất cả chúng tôi đều kính trọng ngài. Chúng tôi có thể làm tốt hơn vào lần tới không?”

Giáo viên chớp mắt — mất cảnh giác. Trong một lúc lâu, ông không nói gì.

Sau đó, anh lặng lẽ gật đầu.

"Đã ghi nhận."

Sáng hôm sau, thầy Adebayo đã làm một điều mà không ai ngờ tới. Thầy gọi David lên trước lớp và xin lỗi công khai. "Tất cả chúng ta đều mắc lỗi," thầy nói. "Và đôi khi… tất cả chúng ta đều cần phải trưởng thành."

Từ ngày đó, David bước đi cao hơn. Adaeze không chỉ được ngưỡng mộ — cô ấy đã trở thành một nhà lãnh đạo thầm lặng.

Cô ấy đã học được một điều vô cùng sâu sắc:
Đôi khi giọng nói của bạn là giọng nói duy nhất mà Chúa Jesus có trong căn phòng.

Suy ngẫm WWJD

Liệu Chúa Giêsu có im lặng trước sự bất công, sợ hãi hoặc sỉ nhục không?

Sự khẳng định

"Tôi là tiếng nói của lòng can đảm và lòng trắc ẩn — Chúa Giêsu nói qua tôi."

Tuyên bố cam kết

Hôm nay, tôi cam kết sẽ đấu tranh cho điều đúng đắn — ngay cả khi điều đó khiến tôi mất đi sự thoải mái hoặc danh tiếng.

Kế hoạch hành động

Tiếp cận những người bị ngược đãi, bỏ mặc hoặc im lặng. Động viên họ — và đề nghị sát cánh cùng họ.

Cầu nguyện

Lạy Chúa Jesus, Chúa không bao giờ im lặng trước sự bất công. Chúa đã chạm đến những người không thể chạm đến, bảo vệ những người bị từ chối và yêu thương những người tan vỡ. Xin hãy cho con can đảm ngày hôm nay. Hãy dùng tiếng nói của con để nói lên sự sống, sự thật và tình yêu — ngay cả khi con sợ hãi. Amen.

Nhật ký

- Tôi đã bao giờ im lặng khi tôi nên lên tiếng chưa? Điều gì đã kìm hãm tôi?
- Ai trong thế giới của tôi ngày nay cần tiếng nói khích lệ hoặc công lý?
- Lòng can đảm thực sự giống Chúa Kitô trông như thế nào trong môi trường sống hàng ngày của tôi?

Học nhóm/Câu hỏi thảo luận

1. Tại sao sự im lặng lại hấp dẫn đến vậy khi người khác đang đau khổ?
2. Sự khác biệt giữa sự táo bạo và sự kiêu ngạo là gì?
3. Làm thế nào để nhóm của bạn trở thành một "không gian an toàn" nơi tiếng nói của mọi người đều được coi trọng?

Ngày 3 – Khi Lòng Kiêu Hãnh Cản Trở Con Đường

Câu chuyện gia đình: "Người chồng không chịu nói lời xin lỗi"

Tập trung vào Kinh Thánh

"Vì Đức Chúa Trời đã chọn anh em làm dân thánh mà Ngài yêu thương, nên
anh em phải mặc lấy lòng thương xót, nhân từ, khiêm nhường, mềm mại và nhịn nhục."
— Cô-lô-se 3:12 (BDM)

Câu chuyện

Daniel đã kết hôn với Leah được mười ba năm. Họ sống ngay bên ngoài Atlanta, Georgia, với hai đứa con, một chú chó golden retriever, và gánh nặng của sự căng thẳng không nói ra giữa họ. Nhìn từ bên ngoài, ngôi nhà của họ đẹp như tranh vẽ — nhưng đằng sau những nụ cười và lời chào mừng lễ Chúa Nhật, sự im lặng đang dần thay thế tình yêu.

Mọi chuyện bắt đầu bằng những bất đồng nhỏ. Rồi đến những lời chỉ trích. Những kỳ vọng không được đáp ứng. Những đêm làm việc muộn. Những chiếc điện thoại trong bữa tối. Khoảng cách ngày càng lớn giữa trái tim họ.

Một buổi tối, sau một cuộc trò chuyện lạnh lùng khác, Leah đứng trong bếp, nước mắt lăn dài trên má. "Anh còn nhìn thấy em nữa không?" cô hỏi.

Daniel vẫn mặc áo sơ mi làm việc và căng thẳng, thở dài. "Anh lúc nào cũng xúc động. Chúng ta không thể ăn tối mà không có chuyện này sao?"

Vai cô ấy chùng xuống. Bọn trẻ đang xem TV. Con chó sủa bên ngoài. Và Daniel… bước đi.

Đêm đó, khi anh nằm thao thức, lướt qua các email, anh thấy một bài suy ngẫm hiện lên trên màn hình:
"Chúa Giê-su sẽ làm gì — trong cuộc hôn nhân của bạn?"

Những lời nói đó như một cú đấm vào ngực anh.

Liệu Chúa Jesus có bảo vệ lòng kiêu hãnh của Ngài không? Liệu Ngài có từ chối người mà Ngài đã thề sẽ trân trọng không? Liệu Ngài có từ chối lời xin lỗi vì điều đó khiến Ngài trông yếu đuối không?

Sáng hôm sau, Daniel không đi làm. Anh ấy làm bữa sáng. Đưa bọn trẻ đến trường. Sau đó ngồi đợi ở phòng khách, vặn vẹo tay.

Khi Leah bước vào, anh ngạc nhiên và đứng dậy.

"Leah… Anh đã sai. Anh đã khiến em cảm thấy mình vô hình. Anh đã để lòng kiêu hãnh chiến thắng. Nhưng hôm nay, anh sẽ chọn điều gì đó tốt hơn. Anh muốn yêu em theo cách Chúa Jesus muốn."

Lúc đầu cô ấy không nói gì cả — chỉ nhìn chằm chằm. Rồi từ từ, nước mắt cô lại rơi — nhưng lần này, đó là những giọt nước mắt chữa lành.

Đêm đó, họ cùng nhau cầu nguyện lần đầu tiên sau nhiều tháng.

Cuộc hôn nhân của họ không phải được cố định một cách kỳ diệu. Nhưng có điều gì đó đã thay đổi.
Bởi vì một người đàn ông đã chọn sự khiêm nhường thay vì lòng kiêu hãnh. Và trong khoảng không đó, Chúa Jesus đã bước vào.

Suy ngẫm WWJD

Liệu Chúa Giêsu sẽ bảo vệ cái tôi của mình hay đấu tranh cho sự hòa giải?

Sự khẳng định

"Tôi chọn sự khiêm nhường thay vì lòng kiêu hãnh. Các mối quan hệ của tôi đáng được chữa lành."

Tuyên bố cam kết

Hôm nay, tôi cam kết thực hiện bước đầu tiên hướng tới hòa bình — ngay cả khi tôi cảm thấy mình không phải là người đáng trách.

Kế hoạch hành động

Xin lỗi hoặc liên lạc với người mà bạn đã xa cách — không phải để chứng minh quan điểm, mà là để xây dựng lại lòng tin.

Cầu nguyện

Chúa Giê-su, xin giúp con yêu như Ngài — với ân sủng, sự khiêm nhường và lòng can đảm. Xin tha thứ cho con vì lòng kiêu hãnh xây nên những bức tường. Xin chỉ cho con cách khiêm nhường và thực hiện bước đầu tiên hướng tới sự chữa lành. Xin phục hồi những gì con đã phá vỡ. Nhân danh Ngài, Amen.

Nhật ký

- Tôi đã làm tổn thương ai khi rút lui, phớt lờ hoặc phòng thủ?
- Điều gì đang ngăn cản tôi xin lỗi hoặc kết nối lại?
- Chúa Giêsu sẽ chữa lành mối quan hệ này thông qua tôi như thế nào?

Học nhóm/Câu hỏi thảo luận

1. Tại sao việc nói "Tôi xin lỗi" lại khó khăn đến vậy — đặc biệt là trong những mối quan hệ thân thiết?
2. Lòng kiêu hãnh âm thầm phá hoại tình yêu như thế nào?
3. Sự khiêm tốn trông như thế nào trong cuộc sống gia đình thực tế?

Ngày 4 – Khi Mục vụ Trở thành Mặt nạ

Câu chuyện nhà thờ: "Người dẫn chương trình thờ phượng đã mất bài hát của mình"

Tập trung vào Kinh Thánh

"Dù tôi có nói được như người phàm và được giọng thiên thần,
nhưng không có tình yêu thương,
thì tôi cũng chỉ như tiếng kẽo kẹt của cánh cửa rỉ sét."
— 1 Cô-rinh-tô 13:1 (MSG)

Câu chuyện

Freya là người dẫn chương trình thờ phượng tại một nhà thờ sôi động ở Đông London. Trẻ trung, tài năng và đầy nhiệt huyết, giọng hát của cô có thể làm cả căn phòng im lặng. Mọi người nói rằng những bài hát của cô "đã khiến thiên đường sụp đổ". Cô có ngoại hình, tài năng, sự hiện diện trên sân khấu — và sự kiệt sức mà không ai nhìn thấy.

Mỗi Chủ Nhật, cô ấy hát hết mình. Mỗi Thứ Hai, cô ấy suy sụp.

Cô đã học được cách "bật nó lên". Mỉm cười. Biểu diễn. Dẫn dắt. Cảm hứng. Nhưng đâu đó trong nhịp điệu hàng tuần của buổi tập, ghi âm và nỗi đau thực tế, Freya đã mất đi bàn thờ riêng tư của mình. Sự thờ phượng của cô đã trở nên chuyên nghiệp. Kinh thánh của cô phủ đầy bụi. Những lời cầu nguyện của cô trở nên máy móc.

Nhưng bà không thể dừng lại. Bà là "người được xức dầu". Mọi người cần bà. Chúa mong đợi bà. Đúng không?

Một ngày nọ, người cố vấn của bà, Cô Joy — một người cầu bầu 65 tuổi với giọng nói nhẹ nhàng và đôi mắt sắc sảo — đã hỏi bà một câu hỏi đơn giản sau buổi lễ:

"Freya… lần cuối cùng bạn hát chỉ vì Chúa Jesus — không phải vì chúng tôi là khi nào?"

Đêm đó, Freya không ngủ được. Cô khóc, ngồi trên sàn căn hộ nhỏ bé của mình, xung quanh là các bản hợp âm và danh sách nhạc tôn giáo.

"Chúa Giê-su ơi, con nhớ Ngài," cô thì thầm. "Không phải chức thánh. Không phải tiếng vỗ tay. **Ngài.** Ngài sẽ làm gì… nếu Ngài là con?"

Đột nhiên, mọi chuyện không còn phức tạp nữa. Chúa Jesus không giả vờ. Ngài không thể hiện tình yêu. Ngài sẽ trở về với Chúa Cha. Ngài sẽ nghỉ ngơi. Ngài sẽ đầu hàng.

Freya nghỉ hai tuần. Không hát. Không dẫn dắt. Chỉ viết nhật ký, đi bộ cầu nguyện, im lặng và thanh lọc tâm hồn. Lúc đầu, sự tĩnh lặng thật không thể chịu đựng được. Sau đó… nó trở nên đẹp đẽ.

Khi cô ấy trở lại nhà thờ, cô ấy hát một điệp khúc đơn giản — nhắm mắt, mở lòng. Không có đoạn riff lớn. Không biểu diễn. Chỉ có sự hiện diện.

Và bằng cách nào đó, khoảnh khắc thô sơ đó đã chạm đến trái tim của giáo đoàn nhiều hơn bất kỳ khoảnh khắc trau chuốt nào từng có.

Freya đã học được một điều vô giá:
Chúa không gọi cô để biểu diễn. Người gọi cô để yêu thương.

Suy ngẫm WWJD

Liệu Chúa Giê-su có tiếp tục biểu diễn khi lòng Ngài trống rỗng hay Ngài sẽ trở về với Chúa Cha?

Sự khẳng định

"Tôi được yêu vì con người tôi — không phải vì những gì tôi làm. Tôi phục vụ vì sự tràn đầy, không phải vì nghĩa vụ."

Tuyên bố cam kết

Hôm nay, tôi cam kết ưu tiên sự hiện diện với Chúa hơn là hiệu suất làm việc của mọi người.

Kế hoạch hành động

Hãy dành thời gian hôm nay để ở một mình với Chúa — không phải để phục vụ, sản xuất hay đăng bài. Chỉ để hiện hữu.

Cầu nguyện

Cha ơi, con từ bỏ chiếc mặt nạ của chức thánh. Xin chữa lành con khỏi sự phô trương. Xin nhắc con rằng Cha yêu con trước tiên — không phải vì những món quà của con, mà vì tấm lòng con. Xin dạy con biết thờ phượng từ nơi thân mật một lần nữa. Nhân danh Chúa Jesus, Amen.

Nhật ký

- Từ khi nào mà chức vụ hay sự phục vụ trở thành bổn phận hơn là niềm vui đối với tôi?
- Chúa Jesus sẽ chăm sóc linh hồn Ngài như thế nào trong hoàn cảnh của tôi?
- Có cách nào tôi có thể tìm lại niềm vui khi ở bên Chúa không?

Học nhóm/Câu hỏi thảo luận

1. Tại sao nhiều nhà lãnh đạo và tình nguyện viên lại bị kiệt sức trong nhà thờ?
2. Việc phục vụ mà không có sự thân mật với Chúa có nguy hiểm gì?
3. Nhóm của bạn có thể hỗ trợ lẫn nhau như thế nào để duy trì sự tươi mới về mặt tinh thần?

Ngày 5 – Khi tình yêu mạo hiểm danh tiếng

Câu chuyện tác động xã hội: "Jessica's Stand"

Tập trung vào Kinh Thánh

"Tình yêu thương của các con dành cho nhau sẽ chứng tỏ cho thế gian biết rằng các con là môn đồ của Ta."
— Giăng 13:35 (BDM)

Câu chuyện

Jessica là học sinh năm 3 tại trường trung học Riverdale ở Chicago. Cô không nổi tiếng nhưng được kính trọng — phó chủ tịch hội học sinh, người dẫn chương trình thờ phượng tại nhóm thanh thiếu niên của nhà thờ cô, và được biết đến là người luôn làm điều đúng đắn.

Cô thích cuộc sống gọn gàng. Có kiểm soát. Có thể dự đoán. An toàn.

Mọi chuyện đã thay đổi vào ngày Carlos nhập học.

Carlos đã chuyển từ chương trình tái hòa nhập vị thành niên vào giữa năm. Gia đình anh đã vật lộn với cảnh nghèo đói, và hồ sơ phạm tội của anh — trộm cắp vặt và phá hoại — không phải là bí mật. Tin đồn lan truyền nhanh chóng. "Hãy cẩn thận với ba lô của bạn", một người nói đùa. "Có lẽ anh ta có vũ trang", một người khác thì thầm.

Jessica không biết anh ta. Cô không muốn biết. Những người như Carlos không phải là một phần trong thế giới của cô.

Rồi đến sáng thứ sáu. Nhà trường đang rộn ràng chuẩn bị cho đề cử lãnh đạo hàng năm. Jessica được kỳ vọng sẽ tranh cử chức chủ tịch lớp cao cấp — và giành chiến thắng.

Chiều hôm đó, cô nghe thấy một nhóm học sinh quấy rối Carlos sau phòng tập thể dục. "Mày nghĩ mày thuộc về nơi này sao? Đây không phải là trường của mày."

Jessica chết lặng.

Cô ấy có thể bỏ đi. Mọi người khác đều làm thế.

Nhưng lời thì thầm trong tâm hồn cô lại vang lên:
Chúa Giê-su sẽ làm gì?

Liệu Ngài có im lặng để bảo vệ vị trí của mình không?
Liệu Ngài có coi trọng sự lãnh đạo hơn tình yêu không?

Cô bước tới trước.

"Này. Đủ rồi."

Cả nhóm nhìn chằm chằm. "Thư giãn đi, Jessica. Chúng tôi chỉ đùa thôi."

Cô không hề nao núng. "Không buồn cười chút nào. Hoàn toàn sai trái."

Họ bỏ đi, trợn mắt.

Carlos đứng im lặng kinh ngạc. "Anh không cần phải làm thế."

Jessica gật đầu. “Tôi đã làm thế.”

Cuối tuần đó, cố vấn chiến dịch của bà đã cảnh báo bà: "Một số phụ huynh không vui. Việc đứng lên bảo vệ ông ấy có thể làm tổn hại đến cơ hội của bạn".

Cô mỉm cười, bình thản. “Vậy thì tôi không cần danh hiệu đó nữa.”

Đến thứ Hai, câu chuyện đã lan truyền. Một số người đã rút lui. Nhưng những người khác lại được truyền cảm hứng. Nhiều sinh viên bắt đầu tham gia hơn, bao gồm cả Carlos. Còn Jessica? Cô ấy vẫn chạy — và chiến thắng.

Nhưng ngay cả khi không làm vậy, cô biết mình đã vượt qua bài kiểm tra quan trọng hơn.

Suy ngẫm WWJD

Liệu Chúa Giê-su có bảo vệ danh tiếng của mình hay đứng lên bảo vệ những người bị từ chối?

Sự khẳng định

“Tôi không được định nghĩa bởi sự nổi tiếng – tôi được dẫn dắt bởi tình yêu.”

Tuyên bố cam kết

Hôm nay, tôi cam kết sẽ đứng về phía những người bị ruồng bỏ, ngay cả khi điều đó khiến tôi mất đi sự chấp thuận.

Kế hoạch hành động

Cố ý tiếp cận những người bị thiệt thòi hoặc bị bỏ qua. Lắng nghe. Hỗ trợ. Mời gọi.

Cầu nguyện

Chúa Jêsus, Ngài đã đứng với những người bị lãng quên, bị từ chối, bị ruồng bỏ. Xin ban cho con trái tim Ngài hôm nay. Xin giúp con mạo hiểm sự thoải mái và danh tiếng để phản ánh tình yêu của Ngài. Xin cho hành động của con nói lên nhiều hơn địa vị của con. Amen.

Nhật ký

- Khi nào tôi chọn danh tiếng thay vì lòng trắc ẩn?
- Ai trong trường học, nơi làm việc hoặc khu phố của tôi cần có người ủng hộ?
- Những nỗi sợ hãi nào ngăn cản tôi yêu thương một cách táo bạo?

Học nhóm/Câu hỏi thảo luận

1. Bạn đã bao giờ cảm thấy bị loại trừ hoặc chứng kiến ai đó bị đối xử tệ chưa? Bạn phản ứng thế nào?
2. Tại sao danh tiếng lại khó từ bỏ đến vậy?
3. Nhóm của bạn sẽ như thế nào nếu cố tình bao gồm và bảo vệ những người dễ bị tổn thương?

Ngày 6 – Khi không có ai nhìn thấy

Câu chuyện Châu Á: "Arjun và kỳ thi đã làm anh ấy gục ngã"

Tập trung vào Kinh Thánh

"Thà nghèo mà lương thiện còn hơn giàu mà gian dối."
— Châm Ngôn 28:6 (BDM)

Câu chuyện

Arjun là một sinh viên có thành tích học tập cao nhất tại Đại học St. Xavier ở Mumbai. Cậu là mẫu người mà các bậc phụ huynh thường nhắc đến khi so sánh con cái của họ — tôn trọng, kỷ luật, luôn nằm trong top 5%. Gia đình cậu đã hy sinh mọi thứ để cậu theo học ngành kỹ thuật. "Con là hy vọng của chúng ta", cha cậu thường nói, một công nhân nhà máy với đôi mắt mệt mỏi và đôi bàn tay chai sạn.

Nhưng học kỳ này thì khác. Arjun đã vật lộn với một khóa học quan trọng — Hệ thống nâng cao. Anh học đến tận khuya. Anh cầu nguyện. Anh ăn chay. Tuy nhiên, các con số vẫn không khớp. Và giờ thì kỳ thi cuối kỳ đã đến.

Một đêm trước kỳ thi, khi đang đi bộ qua khuôn viên trường, Arjun tình cờ gặp Rakesh, một người bạn cùng lớp nổi tiếng với lối tắt. "Tớ có bài thi rồi," Rakesh thì thầm. "Rò rỉ từ một người anh họ ở phòng hành chính. Cậu có muốn không?"

Arjun cười ngượng ngùng: "Anh đùa à."

"Tôi không phải. Tôi đã bán nó cho năm người khác rồi. Anh là một trong những người tốt. Tôi đề nghị với anh vì tôi tôn trọng anh."

Arjun do dự.

Anh gần như có thể nghe thấy giọng nói của mẹ mình: *"Đừng trở về nhà với sự thất bại".*

Anh nghĩ đến công việc của cha mình. Ngôi làng của ông. Áp lực. Những giấc mơ.

Và rồi, sâu thẳm bên trong, một giọng nói khác thì thầm: *"Chúa Jesus sẽ làm gì?"*

Chúa Jesus sẽ không đi theo con đường dễ dàng. Ngài sẽ không biện minh cho việc gian lận bằng sự hy sinh. Ngài sẽ tin cậy Chúa Cha — ngay cả khi kết quả có vẻ không công bằng.

Arjun lắc đầu. "Không. Tôi không thể."

Rakesh đảo mắt. "Anh sẽ hối hận."

Ngày hôm sau, Arjun ngồi trong phòng thi, run rẩy. Các câu hỏi khó hơn dự kiến. Ngực anh thắt lại. Nhưng anh từ chối nhìn xung quanh. Anh hoàn thành. Nộp bài. Bước ra ngoài — không chắc chắn, nhưng bình yên.

Khi có kết quả, Arjun không đứng đầu lớp. Anh ấy chỉ đạt điểm gần đúng. Nhưng một điều bất ngờ đã xảy ra. Một giáo sư, người đã bí mật báo cáo vụ gian lận, đã khen ngợi sự trung thực của Arjun và đề cử anh ấy cho học bổng đạo đức quốc tế.

Sự chính trực không làm ông trở nên nổi tiếng, nhưng nó khiến ông trở nên khó quên.

Suy ngẫm WWJD

Liệu Chúa Giê-su có phá vỡ các quy tắc vì một "mục đích chính đáng" hay vẫn trung thành khi bị tổn thương?

Sự khẳng định

"Giá trị của tôi không nằm ở sự hoàn hảo mà nằm ở việc sống theo chân lý."

Tuyên bố cam kết

Ngày nay, tôi chọn tính cách hơn là sự tiện lợi — ngay cả khi không có ai khác nhìn thấy.

Kế hoạch hành động

Hãy suy ngẫm về một lĩnh vực mà sự thỏa hiệp là "dễ dàng". Hãy đưa ra một lựa chọn khó khăn và trung thực ngay hôm nay.

Cầu nguyện

Lạy Chúa, xin giúp con chọn điều đúng đắn, không phải điều dễ dàng. Xin cho lòng con luôn trong sạch trước Chúa, ngay cả khi không ai thấy. Xin nhắc con rằng Chúa tôn trọng lòng trung tín. Xin củng cố ý chí của con để làm những gì Chúa Jesus sẽ làm — trong bí mật và công khai. Amen.

Nhật ký

- Tôi có bao giờ biện minh cho điều gì đó sai trái vì áp lực hoặc sợ hãi không?
- Lựa chọn sự chính trực trông như thế nào trong thử thách hiện tại của tôi?
- Hôm nay Chúa Giêsu muốn xua tan nỗi sợ hãi nào trong tôi?

Học nhóm/Câu hỏi thảo luận

1. Tại sao sự thỏa hiệp thường dễ dàng hơn khi không có ai nhìn thấy?
2. Sự chính trực có giá trị gì và mang lại lợi ích gì?
3. Nhóm của bạn có thể khuyến khích nhau bước đi trong lẽ thật dưới áp lực như thế nào?

Ngày 7 – Khi hình ảnh trở thành thần tượng

Câu chuyện Úc: "Chloe và cuộc sống được lọc"

Tập trung vào Kinh Thánh

"Rõ ràng là tôi không cố gắng giành được sự chấp thuận của mọi người, nhưng của Đức Chúa Trời.
Nếu mục tiêu của tôi là làm hài lòng mọi người, thì tôi đã không phải là người hầu của Đấng Christ."
— Ga-la-ti 1:10 (NLT)

Câu chuyện

Chloe đang sống trong giấc mơ của mình — hoặc ít nhất, đó là những gì Instagram của cô ấy nói.

Ở tuổi 22, cô đã có 40.000 người theo dõi, hợp đồng với các thương hiệu, hợp đồng người mẫu và một kênh YouTube đang phát triển, nơi cô chia sẻ các mẹo về phong cách và lối sống. Nguồn cấp dữ liệu của cô hoàn hảo: ảnh bãi biển ở Vịnh Byron, bát sinh tố ở Bondi và thói quen buổi sáng được sắp xếp hoàn hảo.

Nhưng bên trong thì sao? Chloe đã kiệt sức.

Cô ấy hiếm khi đăng ảnh mà không chỉnh sửa. Cô ấy chỉ cười khi ánh sáng phù hợp. Và đằng sau mỗi bức ảnh được lọc là tiếng kêu thầm lặng đòi xác nhận.

Một đêm nọ, sau khi đăng một bức ảnh "Happy Girl Vibes" khác trong khi khóc thầm trên giường, Chloe lướt qua hàng trăm lượt thích. Nhưng cảm thấy trống rỗng. Sau đó, cô tình cờ thấy một đoạn phim của một người có ảnh hưởng theo đạo Thiên chúa kết thúc bằng một câu hỏi:

"Chúa Jesus sẽ làm gì nếu Ngài có được nền tảng của bạn?"

Câu nói đó ám ảnh cô.

Cô nhớ lại đức tin thời thơ ấu của mình. Trường Chúa Nhật. Cuốn Kinh Thánh cũ nát của mẹ cô. Sự bình yên mà cô từng cảm thấy khi cầu nguyện dưới bầu trời đầy sao.

Bây giờ ư? Tất cả chỉ là tiếng ồn. Áp lực. Giả vờ.

Cô ấy đóng ứng dụng. Trong sự im lặng, cô cầu nguyện lần đầu tiên sau nhiều năm:

"Chúa Giêsu… Con thậm chí không biết mình là ai nếu không có tất cả những điều này. Nhưng con nhớ Ngài. Ngài sẽ làm gì nếu Ngài là con?"

Câu trả lời không phải là tiếng sấm mà là sự bình yên.

Chúa Jesus sẽ không ẩn sau những bộ lọc.
Ngài sẽ không xây dựng thương hiệu bằng cái giá phải trả là sự chân thực. Ngài sẽ dẫn dắt bằng tình yêu thương — không phải bằng sự thích thú. Và Ngài sẽ chọn sự chân thật thay vì sự ấn tượng.

Tuần đó, Chloe đã đăng một thứ mà cô chưa từng làm trước đây — một bức ảnh không trang điểm, có chú thích:

"Tôi sống vì cuộn giấy, không phải vì Đấng Cứu Thế. Tôi không từ bỏ mạng xã hội, nhưng tôi đã ngừng biểu diễn. Tôi đang học cách theo Chúa Jesus một lần nữa. Từng bước một. #WWJD"

Cô ấy đã mất 2.000 người theo dõi.

Cô ấy đã giành được tự do.

Bây giờ, nền tảng của cô ấy không hoàn hảo — nhưng nó là thật. Và thông qua sự yếu đuối của cô ấy, những người khác bắt đầu tìm thấy lòng can đảm để sống không bị lọc.

Suy ngẫm WWJD

Chúa Jesus sẽ theo đuổi sự ảnh hưởng hay lựa chọn tính xác thực?

Sự khẳng định

"Giá trị của tôi không được xác định bởi những người theo dõi, bộ lọc hoặc danh tiếng — tôi đã được chấp nhận trong Chúa Kitô."

Tuyên bố cam kết

Hôm nay, tôi cam kết lựa chọn tính xác thực thay vì sự chấp thuận.

Kế hoạch hành động

Đánh giá một lĩnh vực trong cuộc sống của bạn (mạng xã hội, các mối quan hệ, công việc) mà bạn đã giả vờ. Chọn một bước thực tế, dễ bị tổn thương ngày hôm nay.

Cầu nguyện

Chúa Giê-su, Ngài nhìn thấy con trọn vẹn — và yêu con trọn vẹn. Xin giúp con thoát khỏi cạm bẫy của sự phô trương. Xin cho con sống vì sự chấp thuận của Ngài, không phải của đám đông. Xin dạy con biết can đảm trong sự chân thực của mình, neo chặt vào con người con trong Ngài. Amen.

Nhật ký

- Tôi đang tìm kiếm sự chấp thuận ở đâu mà đánh đổi sự bình yên?
- Những nỗi sợ nào ngăn cản tôi sống thật trọn vẹn?
- Chúa Jesus sẽ nhẹ nhàng yêu cầu tôi đầu hàng phần nào trong cuộc sống của tôi?

Học nhóm/Câu hỏi thảo luận

1. Tại sao chúng ta thường giả vờ hoặc biểu diễn — ngay cả trong không gian tâm linh?
2. Cuộc sống đích thực lấy Chúa Jesus làm trung tâm trông như thế nào trong một thế giới bị ám ảnh bởi hình ảnh?
3. Làm thế nào để nhóm của bạn trở thành một không gian tôn vinh sự thật hơn là sự hào nhoáng?

Ngày 8 – Khi Lòng Thương Xót Cảm Thấy Không Thể

Câu chuyện Mỹ Latinh: "Isabela và gánh nặng của sự phản bội"

Tập trung vào Kinh Thánh

"Hãy đối xử tử tế và thương xót với nhau, tha thứ nhau như Đức Chúa Trời đã tha thứ anh em trong Đấng Christ."
— Ê-phê-sô 4:32 (NIV)

Câu chuyện

Isabela luôn tin vào lòng trung thành.

Bà làm việc cùng cha mình tại quán cà phê do gia đình họ làm chủ ở São Paulo, Brazil. Bà mở cửa hàng vào lúc rạng sáng, quản lý nhân viên, xử lý các nhà cung cấp và truyền tải ước mơ của mình vào hương thơm của pão de queijo tươi và cà phê ngọt.

Rồi một ngày nọ, mọi thứ sụp đổ.

Anh họ của cô, Diego — người mà họ đối xử như con trai — đã bị bắt quả tang ăn trộm. Hàng ngàn reais mất tích. Biên lai nhà cung cấp giả. Tiền mặt không được giải trình. Và tệ nhất là? Anh ấy biến mất không một lời.

Cha cô đã suy sụp. Isabela thì vô cùng tức giận.

"Chúng tôi tin tưởng anh ta!" cô hét lên, đóng sầm cuốn sổ lại. "Tôi hy vọng cảnh sát sẽ tìm thấy anh ta và tống anh ta vào tù."

Nhiều tuần trôi qua. Rồi nhiều tháng. Cơn đau dần biến thành cơn đau âm ỉ, đắng ngắt.

Cho đến một buổi tối mưa, khi cô đóng cửa quán cà phê, Diego ướt sũng và run rẩy bước vào cửa.

Anh ấy trông già hơn. Gầy hơn. Xấu hổ.

"Anh xin lỗi," anh thì thầm. "Anh đã làm hỏng mọi chuyện. Anh không mong đợi điều gì cả... Anh chỉ cần nói ra thôi."

Isabela đứng im như tượng. Hai nắm đấm siết chặt. Tâm trí cô hét lên: *"Anh ta không xứng đáng ở đây."*

Rồi câu hỏi đã phá tan cơn giận của cô:
"Chúa Jesus sẽ làm gì nếu Ngài đứng trong căn phòng này ngay lúc này?"

Liệu Ngài có liệt kê những tội lỗi không?
Liệu Ngài có đòi trả thù không? Liệu Ngài có quay lưng lại không?

KHÔNG.

Anh ấy nhìn thẳng vào mắt Diego — và tha thứ.

Nước mắt trào ra. Giọng cô nghẹn ngào.

"Tôi vẫn còn giận… nhưng tôi tha thứ cho anh."

Diego quỳ xuống. "Cảm ơn."

Cô không biết chuyện gì sẽ xảy ra tiếp theo. Liệu niềm tin có thể được xây dựng lại không. Liệu vết thương có lành hẳn không.

Nhưng cô biết một điều: **Cô đã được tự do.**

Bởi vì sự tha thứ không phải là sửa chữa quá khứ mà là *giải phóng sự kìm kẹp của nó đối với bạn* .

Suy ngẫm WWJD

Liệu Chúa Giêsu có chờ đợi sự ăn năn hoàn toàn hay ban ơn thương xót từ tấm lòng yêu thương?

Sự khẳng định

"Tôi không phải là tù nhân của sự cay đắng. Tôi bước đi trong sự tự do của sự tha thứ."

Tuyên bố cam kết

Hôm nay, tôi cam kết sẽ tha thứ — không phải vì họ xứng đáng được tha thứ, mà vì Chúa Jesus đã tha thứ cho tôi trước.

Kế hoạch hành động

Viết một cái tên. Nói ra những lời đó. Buông bỏ gánh nặng. Tiến một bước tới ân sủng.

Cầu nguyện

Chúa Giê-su, Chúa đã tha thứ cho con khi con chẳng có gì để dâng hiến. Xin giúp con làm như vậy. Hãy phá đổ bức tường giận dữ và kiêu ngạo trong lòng con. Xin cho tình yêu của Chúa chảy qua con, ngay cả khi nó đau đớn. Xin dạy con biết tha thứ một cách rộng rãi như Chúa đã làm. Nhân danh Chúa, A-men.

Nhật ký

- Tôi đã không muốn tha thứ cho ai? Tại sao?
- Tôi nghĩ mình sẽ mất gì nếu thả chúng ra?
- Chúa Giêsu sẽ nói gì với tôi về nỗi đau này hôm nay?

Học nhóm/Câu hỏi thảo luận

1. Tại sao sự tha thứ lại mang đến cảm giác bất công đến vậy — nhưng lại cũng rất giải thoát?
2. Sự khác biệt giữa tha thứ và phục hồi là gì?
3. Nhóm của bạn có thể giúp đỡ nhau vượt qua nỗi đau bằng lòng thương xót như thế nào?

Ngày 9 – Khi bạn là người duy nhất không chịu thỏa hiệp

Câu chuyện Canada: "Andre và ranh giới mà anh từ chối vượt qua"

Tập trung vào Kinh Thánh

"Đức Giê-hô-va ghét môi dối trá, nhưng Ngài ưa thích những người nói sự thật."
— Châm ngôn 12:22 (BDM)

Câu chuyện

Andre cuối cùng đã làm được.
Giám đốc chiến lược cấp cao tại một trong những công ty đầu tư phát triển nhanh nhất Toronto. Một văn phòng góc. Xe công ty. Bữa sáng dành cho lãnh đạo. Mọi thứ anh ấy đã làm việc.

Nhưng cùng với sự thăng tiến là áp lực. Kỳ vọng. Và những vùng xám.

Andre không ngây thơ — anh biết chính trị doanh nghiệp hoạt động như thế nào. Anh đã học cách điều hướng nó bằng nụ cười và chiến lược. Nhưng không có gì chuẩn bị cho anh trước những gì ông chủ yêu cầu anh làm vào sáng thứ Ba đó.

"Về những con số hàng quý đó…"
Andre nghiêng người vào.

"Chúng ta cần 'định vị lại' chúng một chút. Giảm thiểu tổn thất. Không có gì bất hợp pháp, chỉ là… sáng tạo."
Bản dịch: nói dối hội đồng quản trị.

Andre chớp mắt. "Ý anh là, xuyên tạc?"

"Không phải là xuyên tạc", ông chủ của anh ta nói một cách thẳng thừng. "Chỉ cần bỏ qua. Anh là một người chơi đồng đội, đúng không?"

Người chơi đồng đội. Những từ ngữ vang vọng.

Đêm đó, Andre không thể ăn. Không thể ngủ. Anh đi đi lại lại trong hành lang căn hộ của mình, cầu nguyện.

"Trời ạ, con đã vất vả nhiều rồi. Người đã mở cánh cửa này. Nhưng giờ… con phải vứt nó đi sao?"

Tiếng thì thầm lại vang lên:
"Chúa Jesus sẽ làm gì?"

Liệu Chúa Jesus có bảo vệ danh hiệu không?
Liệu Ngài có hợp lý hóa một lời nói dối nhỏ để giành chiến thắng lớn hơn không? Hay Ngài sẽ đứng một mình nếu cần thiết?

Sáng hôm sau, Andre bước vào phòng họp. Mọi ánh mắt đều dõi theo anh khi anh trình bày báo cáo quý.

Ông ấy không làm giảm sự thật. Ông ấy không tô vẽ. Ông ấy không che giấu tổn thất.

Ông ấy nói với hội đồng quản trị những gì họ đáng được biết — một cách tôn trọng, rõ ràng và trung thực.

Khi cuộc họp kết thúc, ông chủ nhìn anh chằm chằm với hàm răng nghiến chặt.

"Anh vừa giết chết tương lai của mình ở đây," anh lẩm bẩm.

Andre gật đầu. "Có thể. Hoặc có thể tôi chỉ tôn trọng sở thích của mình."

Một tuần sau, anh nhận được cuộc gọi bất ngờ từ một công ty đối thủ. Một trong những đối tác cấp cao của họ đã có mặt trong phòng họp đó với tư cách là khách. "Chúng tôi đang tìm một người có bản lĩnh. Bạn có hứng thú không?"

Ông mỉm cười.
Chúa tôn vinh sự vâng lời chứ không phải sự đi tắt.

Suy ngẫm WWJD

Liệu Chúa Giê-su có bảo vệ địa vị của mình bằng cách che giấu sự thật hay tin cậy Cha và nói một cách chính trực?

Sự khẳng định

"Tôi bảo vệ sự thật, ngay cả khi điều đó khiến tôi mất đi vị trí hoặc sự chấp thuận."

Tuyên bố cam kết

Hôm nay, tôi cam kết tôn vinh Chúa hơn là bảo vệ hình ảnh hoặc ảnh hưởng của mình.

Kế hoạch hành động

Xác định một lĩnh vực trong công việc hoặc cuộc sống mà bạn muốn làm dịu đi sự thật. Hãy chọn sự trung thực. Nói một cách duyên dáng.

Cầu nguyện

Lạy Chúa, con thú nhận rằng thật là cám dỗ khi muốn hòa nhập — bóp méo sự thật để giữ được sự ưu ái. Xin ban cho con lòng can đảm để tôn vinh Chúa trên hết mọi sự. Xin giúp con bước đi trong sự dạn dĩ, không phải để thăng tiến, mà vì danh Chúa. Amen.

Nhật ký

- Tôi cảm thấy áp lực phải bẻ cong sự thật để thành công hoặc được thuộc về nơi nào?
- Nỗi sợ hãi nào dâng lên khi tôi tưởng tượng mình đang đứng một mình?
- Chúa Giê-su sẽ làm gì trong hoàn cảnh cụ thể nơi làm việc của tôi?

Học nhóm/Câu hỏi thảo luận

1. Tại sao lại khó để bảo vệ sự thật trong môi trường cạnh tranh hoặc chính trị?
2. Sự khác biệt giữa sự táo bạo và sự kiêu ngạo là gì?
3. Nhóm của bạn có thể hỗ trợ lẫn nhau như thế nào trong việc đưa ra những quyết định khó khăn, tôn vinh Chúa?

Ngày 10 – Khi Đức Tin Cảm Thấy Xa Lạ

Câu chuyện nước Pháp: "Léna và Bức tường vô hình"

Tập trung vào Kinh Thánh

"Đúng vậy, mọi người muốn sống cuộc đời tin kính trong Đấng Christ Jêsus đều sẽ bị bắt bớ."
— 2 Ti-mô-thê 3:12 (BDM)

Câu chuyện

Léna chuyển đến Lyon để học triết học.
Thông minh, hướng nội và nghệ thuật, cô nghĩ cuộc sống đại học sẽ tràn ngập những cuộc trò chuyện sâu sắc, tình bạn ấm áp và mục đích.

Nhưng sau nhiều tuần trôi qua, cô nhận ra một điều:
Đức tin đã làm cô trở *nên khác biệt* — và không phải theo cách mà mọi người ca ngợi.

Trong lớp, đức tin là một trò đùa. "Tôn giáo là sự yếu đuối về mặt cảm xúc", một giáo sư thường nói.
Trong các bữa tiệc, đức tin khiến cô trở thành người ngoài cuộc. Trong các cuộc trò chuyện nhóm, tên cô hiếm khi xuất hiện — ngoại trừ khi ai đó cần ghi chú.

Léna cầu nguyện. Cô viết nhật ký. Cô mỉm cười. Nhưng bên trong, cô bắt đầu tự hỏi,
"Có đáng để nổi bật không? Có gì đau đớn khi hòa nhập?"

Một buổi chiều thứ năm, trong cuộc tranh luận về thuyết tương đối đạo đức, giáo sư đã hỏi cả phòng: "Có ai có thể bảo vệ được chân lý đạo đức tuyệt đối không?"

Im lặng.

Sau đó, một vài ánh mắt đổ dồn về phía cô.

Cô ấy có thể thu mình lại. Giữ im lặng. Giữ an toàn cho danh tiếng của cô ấy.

Hoặc… cô ấy có thể nói.

Cô thì thầm: *"Chúa ơi, hãy giúp con."*

Sau đó cô ấy giơ tay lên.

"Tôi tin rằng sự thật tồn tại bên ngoài cảm xúc của chúng ta", cô ấy nói nhẹ nhàng. "Và tôi tin rằng Chúa Jesus hiện thân cho điều đó".

Một vài học sinh đảo mắt. Một người lẩm bẩm, "Cô gái nhà thờ kia kìa."

Nhưng một người khác giơ tay. "Tôi có thể hỏi anh về điều đó sau không?"

Sau giờ học, sinh viên đó — Amir — đi cùng cô. "Tôi đã khám phá đức tin một cách riêng tư," anh nói. "Nhưng tôi không nghĩ rằng có ai thực sự tin vào điều đó nữa."

Cuộc trò chuyện đó trở thành những cuộc trò chuyện cà phê hàng tuần. Họ bắt đầu đọc Kinh thánh cùng nhau. Những người khác lặng lẽ tham gia.

Léna không bao giờ trở thành học sinh được yêu thích nhất.
Nhưng cô ấy đã trở thành một *ánh sáng* .
Không phải vì cô ấy hòa nhập — mà vì cô ấy không hòa nhập.

Suy ngẫm WWJD

Liệu Chúa Giê-su có im lặng để cảm thấy được chấp nhận — hay sẽ nói sự thật trong tình yêu thương, ngay cả khi phải trả giá?

Sự khẳng định

"Đức tin của tôi không phải là gánh nặng — mà là sự táo bạo của tôi."

Tuyên bố cam kết

Hôm nay, tôi cam kết sống đức tin của mình một cách công khai — với sự khiêm nhường, sáng suốt và tình yêu thương.

Kế hoạch hành động

Hôm nay, hãy nói về Chúa Jesus ở nơi mà thông thường bạn sẽ giữ im lặng — ngay cả khi chỉ là một câu.

Cầu nguyện

Lạy Chúa, xin ban cho con lòng can đảm để trở thành ánh sáng nơi đức tin bị lu mờ. Xin giúp con nói, sống và yêu theo cách phản ánh Chúa. Xin thêm sức cho con để đứng vững — ngay cả khi con cảm thấy cô đơn. Cảm ơn Chúa đã nhìn thấy con. Nhân danh Chúa Jesus, Amen.

Nhật ký

- Tôi đã bị cám dỗ che giấu đức tin của mình ở đâu để cảm thấy được chấp nhận?
- Nỗi sợ nào khiến tôi không dám đứng lên hoặc lên tiếng?
- Ai có thể đang theo dõi lòng dũng cảm thầm lặng của tôi?

Học nhóm/Câu hỏi thảo luận

1. Tại sao lại khó để bày tỏ đức tin trong không gian thế tục hoặc trí tuệ?
2. Làm thế nào chúng ta có thể cân bằng giữa sự táo bạo và sự nhẹ nhàng?
3. Ai trong vòng tròn của bạn có thể đang lặng lẽ chờ đợi lòng can đảm của bạn?

Ngày 11 – Khi Sân Khấu Che Giấu Cuộc Đấu Tranh

Câu chuyện nước Đức: "Jonas và Hollow Platform"

Tập trung vào Kinh Thánh

"Chúa không nhìn sự việc theo cách bạn nhìn.
Người ta xét đoán theo vẻ bề ngoài, nhưng Chúa nhìn vào tấm lòng."
— 1 Sa-mu-ên 16:7 (BDM)

Câu chuyện

Jonas đứng sau bục giảng tại một nhà thờ Tin Lành đang phát triển ở Berlin.
Trẻ trung, ăn nói lưu loát và sành điệu, anh là bộ mặt của Cơ đốc giáo Đức hiện đại — podcast, trích dẫn trên Instagram và các buổi lễ Chủ Nhật đông đúc.

Mọi người gọi ông *là người được xức dầu* . Các bô lão gọi ông *là người có tầm nhìn xa* . Tin nhắn trực tiếp của ông tràn ngập lời mời rao giảng.

Nhưng bên trong, Jonas cảm thấy mình như một kẻ lừa đảo.

Anh ấy đã không mở Kinh thánh của mình ra để làm bất cứ điều gì ngoài việc chuẩn bị bài giảng trong nhiều tuần. Những lời cầu nguyện của anh ấy đã được tập dượt. Những nụ cười của anh ấy, được lọc qua. Mỗi lần anh ấy bước xuống sân khấu, một nỗi đau trống rỗng theo anh ấy về nhà.

Ông không biết điều đó xảy ra khi nào — khi ngọn lửa trở thành màn trình diễn.
Khi "chức vụ" trở thành cỗ máy.

Một buổi tối, sau khi rao giảng về "Sự hiện diện của Chúa", ông lên xe, lái ra khỏi thành phố và hét lên trong sự im lặng:

"Chúa ơi… Người có biết con thực sự là ai không?"

Đêm đó, anh lật giở cuốn Kinh Thánh cũ thời thơ ấu và thấy một ghi chú mà anh đã viết nguệch ngoạc nhiều năm trước:
"Chúa Giê-su, con sẽ dâng Ngài mọi thứ, ngay cả khi không có ai nhìn thấy."

Anh ấy đã vỡ tan.

Nước mắt tuôn rơi. Anh quỳ xuống. Anh thì thầm, "Chúa Jesus ơi… nếu Chúa là con, Chúa sẽ làm gì?"

Câu trả lời đến như một làn sóng:
Hãy bước xuống. Chậm lại. Bắt đầu lại — với Tôi.

Chủ Nhật tuần sau, ông đã làm cả nhà thờ sửng sốt.

"Tôi không từ bỏ đức tin," ông nói. "Nhưng tôi sẽ tạm xa một thời gian. Không phải để nghỉ ngơi khỏi chức thánh — mà là để trở về với Chúa Jesus."

Một số người hoan nghênh. Một số người chỉ trích.

Nhưng trong mùa tĩnh lặng đó — không kết nối, không thấy, không được hoan nghênh — Jonas đã khám phá lại một tình yêu sâu sắc hơn. Ông không dẫn đầu bất kỳ buổi lễ nào. Không đăng bài giảng nào. Nhưng ông lại *đồng hành với Chúa Jesus* .

Nhiều tháng sau, ông trở lại — không phải với một nền tảng, mà với sự hiện diện. Và điều đó đã thay đổi mọi thứ.

Suy ngẫm WWJD

Chúa Giê-su sẽ theo đuổi sự hoan nghênh hay chọn sự vâng lời trong im lặng?

Sự khẳng định

"Tôi không được gọi để gây ấn tượng — tôi được gọi để bước đi với Chúa Jesus."

Tuyên bố cam kết

Hôm nay, tôi chọn chiều sâu với Chúa hơn là sự nổi bật trước mặt người khác.

Kế hoạch hành động

Hãy tránh xa những thói quen thúc đẩy hiệu suất. Dành thời gian ở một mình với Chúa Jesus — không bị nhìn thấy và không bị lọc.

Cầu nguyện

Chúa Giê-su, xin đốt cháy nhu cầu được nhìn thấy, được yêu thích hoặc được khen ngợi. Xin phục hồi tình yêu đầu tiên của con. Xin giúp con dẫn dắt — không phải từ sự trống rỗng, mà từ sự thân mật với Ngài. Xin làm cho con thành thật. Xin làm cho con thuộc về Ngài. Amen.

Nhật ký

- Tôi đã hành động như thế nào thay vì theo đuổi Chúa?
- Những nỗi sợ nào khiến tôi bám víu vào hình ảnh hơn là sự thân mật?
- Chúa Giê-su sẽ làm gì nếu Ngài đứng sau bục giảng *của tôi* ?

Học nhóm/Câu hỏi thảo luận

1. Làm sao chức thánh, sự lãnh đạo hoặc dịch vụ có thể trở thành mặt nạ?
2. Tại sao sự thân mật với Chúa Giêsu lại quan trọng hơn thành công trước công chúng?
3. Nhóm của bạn có thể tạo ra những biện pháp bảo vệ nào để giữ vững đức tin?

Ngày 12 – Khi đức tin gặp đau buồn

Câu chuyện Tây Ban Nha: "Lucía và lời cầu nguyện không được đáp lại"

Tập trung vào Kinh Thánh

"Đức Giê-hô-va ở gần những người có lòng tan vỡ;
Ngài cứu vớt những người có tâm hồn đau buồn."
— Thi Thiên 34:18 (BDM)

Câu chuyện

Lucía yêu mẹ mình hơn bất kỳ ai trên thế giới.

Họ điều hành một cửa hàng hoa nhỏ ở trung tâm Barcelona, tràn ngập sắc màu tươi sáng, khách hàng nồng nhiệt và tiếng nhạc thánh ca du dương nhẹ nhàng ở phía sau. Mẹ cô, Elena, là người có đức tin mạnh mẽ nhất mà cô biết — dịu dàng, vui vẻ và luôn cầu nguyện.

Khi Elena được chẩn đoán mắc căn bệnh ung thư ác tính, thế giới của Lucía như sụp đổ.

Cô ấy đã cầu nguyện. Nhà thờ của cô ấy đã cầu nguyện. Bạn bè ở nước ngoài đã cầu nguyện.

Lucía đã ăn chay. Đã thờ phượng. Đã tin tưởng.

"Chúa sẽ chữa lành cho cô ấy," cô tự nhủ. "Người phải làm vậy."

Nhưng vào một buổi sáng lạnh giá của tháng 12, mẹ cô đã trút hơi thở cuối cùng.

Lucía đứng bất động ở hành lang bệnh viện, hai tay nắm chặt chuỗi tràng hạt.
"Tại sao Người không xuất hiện?" cô thì thầm.

Những tháng tiếp theo trôi qua trong im lặng. Cô vẫn thắp nến. Vẫn tham dự thánh lễ. Vẫn giúp việc ở cửa hàng hoa. Nhưng bên trong? Đức tin của cô đã tan thành sương mù.

Một buổi tối, khi đóng cửa hàng, cô tìm thấy quyển Kinh Thánh cũ của mẹ mình. Bên trong có một tờ giấy ghi chú được viết nhiều năm trước:

"Cho dù không thấy sự chữa lành — tôi vẫn tin vào Đấng chữa lành."

Lucía đã vỡ tan.

Lần đầu tiên sau nhiều tháng, cô quỳ xuống trong căn phòng rải đầy hoa và khóc.

"Chúa Giêsu ơi, con không hiểu… nhưng con vẫn muốn có Ngài."

Sự bình yên đã đến - không phải trong câu trả lời, mà trong sự hiện diện.

Chúa Jesus không bỏ rơi cô. Ngài đã ngồi với cô trong mỗi chuyến đi im lặng trên xe. Mỗi đêm cô đơn. Mỗi giọt nước mắt.

Lucía không nhận được phép lạ của mình.
Nhưng cô đã tìm thấy điều gì đó sâu sắc hơn: một Đấng Cứu Thế *đã ở lại* khi cô đau đớn nhất.

Suy ngẫm WWJD

Liệu Chúa Giêsu có giải thích về nỗi đau hay ngồi cùng chúng ta?

Sự khẳng định

"Ngay cả trong nỗi buồn, tôi không bao giờ cô đơn. Chúa Giêsu khóc cùng tôi."

Tuyên bố cam kết

Hôm nay, tôi cam kết tin cậy Chúa, ngay cả khi tôi không hiểu đường lối của Ngài.

Kế hoạch hành động

Hãy dành thời gian hôm nay để thành thật với Chúa về nỗi đau buồn hoặc thất vọng. Hãy để Ngài gặp bạn ở đó.

Cầu nguyện

Chúa Giê-su, con mang đến cho Ngài nỗi buồn của con. Con không cần tất cả các câu trả lời — Con chỉ cần Ngài. Hãy ngồi với con. Hãy ôm con. Hãy chữa lành những nơi vẫn còn đau đớn. Và nhắc nhở con: Ngài không sợ nỗi đau của con. Amen.

Nhật ký

- Tôi đã âm thầm đau buồn và giữ khoảng cách với Chúa như thế nào?
- Chúa Giêsu muốn nói gì với tôi trong nỗi buồn này?
- Làm sao tôi có thể để Ngài bước vào những cảm xúc chân thật của mình?

Học nhóm/Câu hỏi thảo luận

1. Làm sao chúng ta có thể giúp nhau vượt qua nỗi đau mà không cần dùng đến những lời sáo rỗng?
2. "Thờ phượng trong nước mắt" trông như thế nào?
3. Làm thế nào để nhóm của bạn có thể trở thành một không gian an toàn để đức tin và cảm xúc cùng tồn tại?

Ngày 13 – Khi sự tuân thủ là một hành động chiến tranh bí mật

Câu chuyện Ả Rập Xê Út: "Abdul và trận chiến vô hình"

Tập trung vào Kinh Thánh

"Nếu ai công khai nhìn nhận Ta ở trên đất, thì Ta cũng sẽ nhìn nhận người ấy trước mặt Cha Ta ở trên trời."
— Ma-thi-ơ 10:32 (BDM)

Câu chuyện

Abdul làm việc như một nhà phân tích hệ thống cho Bộ Giao thông Vận tải tại Riyadh.
Ba mươi hai tuổi. Độc thân. Trầm tính. Tận tụy. Đáng tin cậy. Anh ấy đội khăn keffiyeh gọn gàng và không bao giờ gây rắc rối. Đối với các đồng nghiệp, anh ấy chỉ đơn giản là "người điềm tĩnh".

Nhưng Abdul mang trong mình một bí mật. Một bí mật âm thầm cháy bỏng bên trong anh mỗi ngày.

Hai năm trước, trong một khóa đào tạo bắt buộc ở nước ngoài tại Dubai, Abdul đã gặp một người đàn ông tên là Joel — một Cơ đốc nhân từ Lebanon sống theo cách mà Abdul chưa từng thấy. Joel không chỉ tin vào Chúa — anh ấy yêu Ngài. Cười với Ngài. Nói về Chúa Jesus như một người bạn.

Abdul lớn lên trong sự sùng đạo — tôn trọng truyền thống, cẩn thận với lời cầu nguyện, cam kết với vẻ bề ngoài. Nhưng niềm vui của Joel khơi dậy điều gì đó trong anh mà nghi lễ không bao giờ có.

Trong một cuộc trò chuyện đêm khuya trong phòng khách sạn, Joel đã chia sẻ Phúc âm — không phải như một cuộc tranh luận, mà như một lời mời.
Vài tuần sau, trở lại Riyadh, Abdul thì thầm một lời cầu nguyện đã thay đổi mọi thứ:

"Chúa Giêsu… nếu Ngài là Đấng Ngài tự xưng, con muốn theo Ngài. Ngay cả khi phải trả giá bằng tất cả."

Và điều đó đã xảy ra.

Anh không thể nói với gia đình.
Anh không thể chia sẻ điều đó ở nơi làm việc. Anh không thể đến nhà thờ — không có nhà thờ nào cả. Kinh thánh của anh được giấu trong một tệp zip trên ổ đĩa flash. Những lời cầu nguyện của anh im lặng. Sự thờ phượng của anh vô hình.

Nhưng trái tim anh ngày một cháy sáng hơn.

Anh ấy nghe podcast ngầm. Anh ấy ghi nhớ Kinh thánh trong bóng tối. Anh ấy cầu nguyện để có sự táo bạo. Và một buổi tối, khi đang xem video về lễ rửa tội trong bí mật, anh ấy đã hỏi lớn:

"Chúa Giêsu… nếu Chúa là con, Chúa sẽ làm gì?"

Câu trả lời không phải là: trốn thoát.
Không phải là: lan truyền. Mà là: *hãy trung thành — trong bí mật, trong im lặng, trong sự hy sinh.*

Đêm đó, Abdul nhắn cho Joel một dòng:

"Tôi vẫn theo Ngài. Ngay cả ở đây."

Không có bục giảng. Không có bục giảng.
Chỉ có một người đàn ông chọn Chúa Jesus ở một vùng đất mà cái giá phải trả là tất cả.

Suy ngẫm WWJD

Liệu Chúa Giê-su có chờ đợi sự tự do để theo sau hay sẽ vâng lời theo sau, ngay cả trong bóng tối?

Sự khẳng định

"Đức tin của tôi có thể bị che giấu, nhưng nó không hề kém mạnh mẽ. Chúa Giêsu nhìn thấy tôi."

Tuyên bố cam kết

Hôm nay, tôi cam kết trung thành - ngay cả khi không ai nhìn thấy hoặc ăn mừng điều đó.

Kế hoạch hành động

Hãy cầu nguyện đặc biệt cho các tín đồ bị bách hại trên khắp thế giới. Xin Chúa củng cố sự vâng phục thầm kín của họ.

Cầu nguyện

Chúa Jêsus, cảm ơn Ngài đã đồng hành cùng con, ngay cả trong bí mật. Khi thế gian không thấy đức tin của con, Ngài thấy. Xin ban cho con lòng can đảm để tiếp tục tin cậy Ngài — để phục vụ, yêu thương và thờ phượng Ngài trong những không gian vô hình. Xin củng cố mọi tín đồ đang bước đi một mình. Nhân danh Ngài, Amen.

Nhật ký

- Tôi sẽ làm gì nếu tôi không thể tự do bày tỏ đức tin của mình?

- Chúa đang kêu gọi tôi vâng lời trong im lặng và can đảm bằng cách nào?
- Tôi có đang xem nhẹ sự tự do mà mình có khi theo Chúa không?

Học nhóm/Câu hỏi thảo luận

1. Chúng ta có thể học được gì từ những tín đồ theo Chúa Jesus trong bí mật?
2. Làm sao chúng ta có thể đào sâu lòng sùng kính riêng tư của mình — ngay cả khi có tự do công cộng?
3. Chúa Giêsu muốn chúng ta làm gì để hỗ trợ hội thánh đang bị bách hại?

Ngày 14 – Khi tôn giáo không đủ

Câu chuyện Israel: "Avi và trái tim lạnh như đá"

Tập trung vào Kinh Thánh

"Dân nầy lấy môi miếng tôn kính Ta, Nhưng lòng chúng nó thì xa Ta lắm."
— Ma-thi-ơ 15:8 (AMP)

Câu chuyện

Avi là một trong những hướng dẫn viên du lịch tư nhân được săn đón nhất ở Jerusalem.

Thông thạo tiếng Anh, tiếng Ả Rập và tiếng Do Thái, ông có thể đọc thuộc lòng các mốc thời gian trong Cựu Ước, giải thích các phong tục của người Do Thái và tranh luận về lịch sử tôn giáo một cách tự tin. Ông đã đi trên Via Dolorosa một trăm lần, giải thích về Golgotha một nghìn lần.

Ông biết từng viên đá. Từng câu thơ. Từng câu chuyện.

Nhưng anh ta không biết Người kể chuyện.

Với Avi, đức tin là truyền thống. Lịch sử. Bản sắc. Không phải mối quan hệ.
Anh tôn trọng Chúa Jesus — giống như anh tôn trọng Abraham hay David. Nhưng đó là nơi nó dừng lại.

Một buổi sáng mùa xuân, Avi dẫn một nhóm nhỏ khách du lịch theo đạo Thiên chúa đi qua Garden Tomb. Một người phụ nữ nán lại, đôi mắt đẫm lệ.

"Sao em lại khóc?" anh nhẹ nhàng hỏi.

Cô nhìn anh và nói, "Bởi vì Ngài còn sống. Tôi chỉ cần ngồi với Ngài một lát thôi."

Avi chớp mắt. "Ý anh là… Chúa Jesus?"

Cô gật đầu. "Với tôi, Người không phải là một khái niệm. Người là Đấng Cứu Thế của tôi. Bạn của tôi. Tôi nói chuyện với Người ở đây."

Những lời nói đó ám ảnh anh suốt cả tuần.

Ông biết sự thật — nhưng chúng không thở.
Ông biết những địa điểm — nhưng chưa bao giờ gặp Người đó.

Một buổi tối, khi mặt trời lặn sau Núi Ô-liu, Avi ngồi một mình dưới gốc cây. Lần đầu tiên, không phải với tư cách là hướng dẫn viên du lịch, mà là một người tìm kiếm.

Anh ấy thì thầm:

"Chúa Giê-su… nếu Ngài hơn cả lịch sử… nếu Ngài ở đây… xin hãy cho con biết."

Anh ta không nghe thấy giọng nói nào. Anh ta không nhìn thấy ánh sáng nào.

Nhưng anh cảm thấy ấm áp trong lồng ngực. Một sự tĩnh lặng trong tâm hồn. Một giọt nước mắt chảy ra khỏi mắt anh — và nó không phải từ gió.

Đêm đó, anh không mở sách giáo khoa mà mở lòng mình.

Suy ngẫm WWJD

Chúa Giê-su sẽ chấp nhận kiến thức của bạn hay theo đuổi trái tim bạn?

Sự khẳng định

"Chúa Jesus không chỉ là một phần trong lịch sử của tôi — Ngài là hiện thực của tôi."

Tuyên bố cam kết

Hôm nay, tôi cam kết tìm kiếm mối quan hệ với Chúa Jesus — không chỉ là thói quen tôn giáo.

Kế hoạch hành động

Hãy dành thời gian hôm nay không phải để đọc *về* Chúa Jesus, mà là *để nói chuyện với* Ngài. Hãy hỏi: "Ngài muốn cho con thấy điều gì về Ngài?"

Cầu nguyện

Chúa Giê-su, con không chỉ muốn biết sự thật — con muốn biết **Ngài** . Xin đánh thức trái tim con khỏi thói quen tôn giáo. Xin giúp con theo Ngài, không chỉ ngưỡng mộ Ngài. Con mời Ngài vào mọi khía cạnh của cuộc sống con. Xin hãy thực tế với con, Chúa ơi. Amen.

Nhật ký

- Tôi có thoải mái hơn khi tìm hiểu về Chúa Jesus hơn là ở bên Ngài không?
- Tôi có thể chuyển từ tôn giáo sang mối quan hệ theo cách nào trong tuần này?
- Chúa Giêsu muốn thay đổi điều gì trong cách tôi tìm kiếm Ngài?

Học nhóm/Câu hỏi thảo luận

1. Sự khác biệt giữa việc biết *về* Chúa Jesus và *việc bước đi với* Ngài là gì?
2. Làm thế nào để chúng ta chuyển từ đức tin thông thường sang đức tin quan hệ?
3. Những dấu hiệu nào có thể cho thấy chúng ta đang "du ngoạn" đức tin thay vì "sống" đức tin?

Ngày 15 – Khi không ai biết bạn đang đau khổ

Câu chuyện Nhật Bản: "Hiroshi và chuyến đi làm vắng vẻ"

Tập trung vào Kinh Thánh

"Đức Giê-hô-va thấy mọi việc chúng ta làm, và gìn giữ chúng ta ngày và đêm."
— Châm Ngôn 5:21 (TLB)

Câu chuyện

Mỗi sáng lúc 6:43, Hiroshi lên tàu tuyến Yamanote ở Tokyo. Anh ấy hòa nhập một cách hoàn hảo — bộ vest chỉnh tề, cặp đen, tai nghe màu trắng, đôi mắt lặng lẽ. Không ai nói gì. Không ai để ý.

Anh ấy làm việc tại một công ty CNTT cỡ trung. Viết code sạch. Ăn trưa một mình. Trả lời email bằng biểu tượng cảm xúc lịch sự. Cười trước những câu chuyện cười của sếp. Sau đó đi tàu về nhà, nhìn chằm chằm vào trần nhà và lặp lại chu kỳ đó.

Với thế giới, Hiroshi là một người trưởng thành bình thường.
Nhưng bên trong, anh ấy đang biến mất.

Anh đã không nói chuyện với cha mình trong bốn năm. Mẹ anh đã ra đi lặng lẽ vào mùa đông năm ngoái. Bạn bè anh đều đã chuyển đi. Anh đã ngừng đến ngôi đền thời thơ ấu của mình nhiều năm trước, nhưng không tìm thấy bất cứ điều gì khác để tin tưởng.

Một ngày Chủ Nhật nọ, khi đang lướt YouTube vì buồn chán, anh tình cờ thấy một đoạn video nhẹ nhàng: " *Bạn không đơn độc — tiếng nói của Chúa Jesus ở Nhật Bản.* "
Anh đảo mắt… nhưng không lướt đi.

Video rất đơn giản: nhạc nhẹ, hoa anh đào, câu Kinh thánh bằng tiếng Nhật.
Sau đó là giọng nói:

"Cho dù không ai khác nhìn thấy em… Anh vẫn nhìn thấy. Anh biết tên em. Anh yêu em."

Mắt Hiroshi cay xè. Anh đóng ứng dụng lại.
Nhưng vẫn còn thứ gì đó ở lại.

Đêm đó, khi tiếng mưa đập vào cửa sổ, anh thì thầm lớn tiếng lần đầu tiên sau nhiều năm:

"Chúa Giêsu ơi… nếu Ngài có thật… Ngài sẽ làm gì nếu Ngài là con?"

Câu trả lời không lớn tiếng.
Đó là một lời thì thầm trong tâm hồn anh: *"Tôi sẽ im lặng. Tôi sẽ để cho chính mình được tìm thấy."*

Trong những tuần tiếp theo, Hiroshi đã tìm kiếm. Đọc Kinh thánh một cách bí mật. Tham gia một nhóm Kinh thánh trực tuyến. Anh ấy không đột nhiên trở nên hướng ngoại — nhưng anh ấy đã ngừng giả vờ rằng mình ổn.

Anh ấy bắt đầu đặt ra những câu hỏi sâu sắc hơn. Và một ngày nọ, trong một buổi lễ cầu nguyện trực tuyến đơn giản, anh ấy thì thầm một lời cầu nguyện đầu hàng.

Không ồn ào. Không công khai.

Nhưng trời đã nghe.

Suy ngẫm WWJD

Liệu Chúa Giêsu có đợi chúng ta đến với Ngài hay sẽ đến ngồi lặng lẽ bên cạnh chúng ta trước?

Sự khẳng định

"Ngay cả trong im lặng, tôi vẫn được nhìn thấy. Ngay cả trong đám đông, tôi vẫn được Chúa Jesus biết đến."

Tuyên bố cam kết

Hôm nay, tôi cam kết mở lòng mình với Đấng thực sự nhìn thấy tôi.

Kế hoạch hành động

Hãy tìm đến một người có thể đang âm thầm đau khổ. Một tin nhắn. Một cuộc gọi. Một lời cầu nguyện. Hãy hiện diện.

Cầu nguyện

Chúa Jesus, con cảm tạ Ngài vì con không cần phải hét lên để được nhìn thấy. Ngài là Đức Chúa Trời để ý. Khi thế gian di chuyển qua con, Ngài dừng lại. Xin giúp con nhìn thấy người khác như Ngài nhìn thấy con. Và dạy con biết nghỉ ngơi trong tình yêu thầm lặng của Ngài. Amen.

Nhật ký

- Khi nào tôi cảm thấy mình vô hình - ngay cả khi được bao quanh bởi người khác?
- Sẽ thế nào nếu tôi được hiểu rõ và yêu thương trọn vẹn?
- Ai có thể đang âm thầm chờ đợi ai đó chú ý đến mình?

Học nhóm/Câu hỏi thảo luận

1. Tại sao mọi người lại che giấu nỗi đau của mình — đặc biệt là trong những nền văn hóa coi trọng hiệu suất hoặc quyền kiểm soát?
2. Chúng ta có thể làm gì để trở thành sự hiện diện của Chúa Giêsu đối với những người cảm thấy cô đơn?
3. Biết rằng Chúa Giêsu nhìn thấy chúng ta ngay cả khi không ai khác nhìn thấy thì mọi thứ sẽ thay đổi thế nào?

Ngày 16 – Khi Sự Vâng Lời Phải Trả Giá Tất Cả

Câu chuyện Trung Quốc: "Li Mei và Giáo hội ẩn giấu"

Tập trung vào Kinh Thánh

"Chúng ta phải vâng lời Đức Chúa Trời hơn là vâng lời loài người!"
— Công vụ 5:29 (NIV)

Câu chuyện

Li Mei không bao giờ có ý định trở thành một nhà lãnh đạo. Cô là một giáo viên nói năng nhẹ nhàng ở Quảng Châu — tôn trọng, có trách nhiệm, hiếm khi đến muộn. Nhưng khi mục sư của nhà thờ ngầm của cô bị bắt trong một cuộc truy quét của chính phủ, nhóm đã yêu cầu cô vào cuộc.

Cô do dự. "Tôi không đủ can đảm."

Một vị trưởng lão mỉm cười. "Chúa Jesus không gọi những người can đảm — Ngài làm cho những người sẵn lòng trở nên can đảm."

Mỗi sáng Chủ Nhật, họ gặp nhau ở nhiều địa điểm khác nhau: phòng khách, mái nhà, nhà kho bỏ hoang. Không biển báo. Không tiếng hát thì thầm. Không phát trực tiếp. Không an toàn.

Nhưng ôi, sự hiện diện của Chúa.

Li Mei giảng Kinh Thánh bằng đôi tay run rẩy và đôi mắt sáng ngời. Cô cầu nguyện cho người bệnh. Cô làm lễ rửa tội cho những người mới tin Chúa trong bồn tắm.

Và mỗi ngày, cô đều tự hỏi: *Nếu họ tìm thấy chúng ta thì sao? Nếu họ tìm thấy tôi thì sao?*

Rồi một buổi tối, ngay sau buổi cầu nguyện yên tĩnh, điện thoại của cô reo lên.
Một tin nhắn từ một người bạn:

"Họ biết tên anh."

Nhóm giải tán trong im lặng. Cô đi bộ về nhà, cuốn Kinh Thánh được bọc trong vải, giấu trong ví.

Đêm đó, cô nằm thao thức. Nỗi sợ hãi cuộn trào như một cơn bão. Cô nên chạy trốn? Giữ im lặng? Biến mất?

Cô mở sách Công vụ. Hội thánh đầu tiên. Ngọn lửa. Mối nguy hiểm. Niềm vui không gì lay chuyển được.

Sau đó, cô thì thầm câu hỏi đã trở thành điểm tựa của cô:

"Chúa Giê-su… Ngài sẽ làm gì?"

Câu trả lời bùng lên như ngọn lửa:

"Tôi sẽ tuân thủ - bất kể giá nào."

Nước mắt chảy dài trên khuôn mặt cô.

Cô ấy không chạy.

Chủ Nhật tuần sau, phòng khách của bà đông nghẹt. Bà đọc Phúc Âm — táo bạo và nhẹ nhàng. Và mặc dù nỗi sợ vẫn còn, đức tin vẫn ở lại lâu hơn.

Suy ngẫm WWJD

Liệu Chúa Giêsu có rút lui khi bị đe dọa hay vẫn trung thành với sứ mệnh yêu thương?

Sự khẳng định

"Tôi sẽ không sợ phải trả giá bằng sự vâng lời — Chúa Giêxu đáng giá tất cả."

Tuyên bố cam kết

Hôm nay, tôi cam kết vâng lời Chúa Jesus, ngay cả khi điều đó nguy hiểm, không được ưa chuộng hoặc khó khăn.

Kế hoạch hành động

Hãy cầu nguyện cho nhà thờ bị bách hại. Sau đó thực hiện một hành động đức tin nhỏ nhưng táo bạo trong môi trường của bạn.

Cầu nguyện

Chúa Jêsus, con nâng đỡ những anh chị em của con đang theo Ngài trong bí mật, trong nguy hiểm và trong bóng tối.

Xin ban cho con lòng can đảm để vâng lời Ngài, bất kể phải trả giá thế nào. Xin thêm sức cho con để bước đi trong đức tin như Li Mei — vững vàng, lặng lẽ, can đảm. Amen.

Nhật ký

- Tôi sẽ làm gì nếu việc theo Chúa Jesus bị nguy hiểm ở đất nước tôi?
- Tôi đã để nỗi sợ nào ngăn cản sự vâng lời của mình?
- Hôm nay Chúa Giêsu đang kêu gọi tôi đạt đến mức độ tin tưởng sâu sắc hơn như thế nào?

Học nhóm/Câu hỏi thảo luận

1. Làm thế nào chúng ta có thể tôn vinh và ủng hộ giáo hội đang bị đàn áp trên toàn cầu?
2. Trong bối cảnh của bạn, ví dụ hiện đại nào về việc "vâng lời Chúa hơn là vâng lời loài người"?
3. Lòng can đảm của Li Mei thách thức con đường cá nhân của bạn theo Chúa như thế nào?

Ngày 17 – Khi nói sự thật có thể khiến bạn mất tất cả

Câu chuyện về nước Nga: "Nikolai và tin tức không ai muốn nghe"

Tập trung vào Kinh Thánh

"Hãy lên tiếng bênh vực những người không thể tự mình lên tiếng… Phải, hãy lên tiếng bênh vực người nghèo và người bất lực, và bảo đảm rằng họ được công bằng."
— Châm ngôn 31:8–9 (BDM)

Câu chuyện

Nikolai đã làm việc như một nhà báo ở Moscow trong hơn một thập kỷ.

Ông sắc sảo, thận trọng và giỏi ăn nói. Ông biết nên viết gì, không nên viết gì và cách giữ hòa bình với biên tập viên, viên chức và sự thật.

Nhưng khi một câu chuyện về một mục sư địa phương mất tích xuất hiện trên bàn làm việc của ông - bị giam giữ vì "hoạt động tôn giáo trái phép" - điều gì đó bên trong ông đã nứt ra.

Gia đình người đàn ông vô cùng kinh hãi. Nhà thờ im lặng. Không ai báo cáo vụ việc.

Mọi người đều biết lý do.

Nikolai nhìn vào những bức ảnh trên bàn làm việc của mình — vợ anh, con gái anh. Hợp đồng thuê căn hộ của anh. Huy hiệu báo chí của anh. Tương lai của anh.

Nếu ông ấy viết sự thật, tất cả bọn họ đều có thể biến mất.

Đêm đó, ông đi dọc theo Sông Moskva, lòng nặng trĩu. Ông cầu nguyện — một cách do dự.

"Lạy Chúa Giêsu… nếu Chúa là con, Chúa sẽ làm gì?"

Liệu Chúa Jesus có bảo vệ sự nghiệp của Ngài không? Ngài có biên tập xung quanh không? Ngài có xuất bản những câu chuyện an toàn và gọi đó là sự khôn ngoan không?

Không.
Chúa Giê-su đã nói sự thật với Phi-lát. Chúa Giê-su đứng về phía những người bị áp bức. Chúa Giê-su đã hy sinh mạng sống mình cho những người không có tiếng nói.

Nikolai về nhà và viết bài báo. Mỗi dòng đều trung thực. Mỗi nguồn đều được bảo vệ. Mỗi câu đều được bao phủ bởi lời cầu nguyện thì thầm.

Ông đã gửi nó ẩn danh đến một cơ quan truyền thông quốc tế. Câu chuyện đã lan truyền rộng rãi.

Ba ngày sau, anh ta bị thẩm vấn. Không phải bị bắt mà là bị cảnh cáo.

Nhưng có điều gì đó đã thay đổi. Mọi người bắt đầu thì thầm về việc thả mục sư. Sự ủng hộ lặng lẽ hình thành xung quanh gia đình.

Nikolai vẫn làm nghề báo — nhưng giờ đã khác. Cẩn thận. Cầu nguyện. Dũng cảm.

Ông đã học được rằng cái giá của sự im lặng còn cao hơn rủi ro của sự thật.

Suy ngẫm WWJD

Liệu Chúa Giê-su sẽ im lặng để giữ hòa bình hay nói sự thật để giải thoát những người bị giam cầm?

Sự khẳng định

"Tôi sẽ không để nỗi sợ hãi làm im tiếng nói của tôi — Chúa Giêsu là lòng can đảm và là lý tưởng của tôi."

Tuyên bố cam kết

Hôm nay, tôi cam kết nói lên sự thật một cách khôn ngoan, ngay cả khi sự thật đó không được ưa chuộng hoặc nguy hiểm.

Kế hoạch hành động

Hãy cầu nguyện cho những người liều mạng sống hoặc công việc của mình để nói lên sự thật. Sau đó, hãy đứng lên đấu tranh cho sự thật trong vòng tròn của bạn ngay hôm nay.

Cầu nguyện

Chúa Giê-su, xin ban cho con lòng can đảm để nói lên sự thật — không phải để nói to, mà để trung thành. Xin giúp con nhớ rằng sự im lặng trước bất công không phải là trung lập, mà là đầu hàng. Xin cho cuộc sống con phản chiếu ánh sáng của Ngài. Amen.

Nhật ký

- Trong cuộc sống, tôi đã tránh nói sự thật vì sợ hãi ở những thời điểm nào?
- Chúa muốn tôi bảo vệ câu chuyện hay mục đích nào?
- Chúa Giêsu muốn tôi sử dụng giọng nói của mình như thế nào trong tuần này?

Học nhóm/Câu hỏi thảo luận

1. Tại sao việc nói lên sự thật thường tốn kém trong các hệ thống bất công?
2. Làm thế nào chúng ta có thể cân bằng giữa sự táo bạo và sự khôn ngoan khi lên tiếng?
3. Lòng can đảm của người theo đạo Thiên Chúa trông như thế nào trong những nghề nghiệp không liên quan đến tôn giáo?

Ngày 18 – Khi chữa lành có nghĩa là đối mặt với nỗi đau

Câu chuyện Nam Phi: "Lerato và chiếc bàn chia cắt họ"

Tập trung vào Kinh Thánh

"Ngài đã ban cho chúng ta sứ điệp hòa giải này… Vậy chúng ta là sứ giả của Đấng Christ; Đức Chúa Trời đang kêu gọi qua chúng ta."
— 2 Cô-rinh-tô 5:19–20 (BDM)

Câu chuyện

Lerato tự hào về con người của mình — một luật sư, một người con gái của Nam Phi mới, một tín đồ.
Nhưng có một điều mà cô ấy dường như không thể rũ bỏ: sự tức giận.

Ông nội của cô đã bị tra tấn dưới chế độ phân biệt chủng tộc. Mẹ cô vẫn mang trong mình nỗi sợ hãi. Chú của cô, Sipho, không bao giờ nói mà không có sự cay đắng trong giọng nói.

Và giờ đây, ở tuổi 29, Lerato đã được mời đến một bữa tối hòa giải gia đình - do một tổ chức phi chính phủ Thiên chúa giáo địa phương tổ chức - nơi con cháu của các nạn nhân và thủ phạm sẽ cùng ăn uống, cầu nguyện và trò chuyện.

"Tôi không đi đâu," cô nói với bạn mình. "Tại sao tôi phải ăn cùng họ? Tại sao tôi phải giả vờ?"

Người bạn của cô im lặng một lúc rồi nói:

"Chúa Giê-su sẽ làm gì nếu Người là bạn?"

Câu hỏi đó thật sâu sắc.

Liệu Chúa Giê-su có bỏ qua sự bất công không? Không. Ngài có tha thứ cho điều ác không? Không bao giờ. Nhưng liệu Ngài có xuất hiện, bẻ bánh và nói sự thật trong tình yêu thương — ngay cả với kẻ thù không?

Đúng.

Lerato đã đi.

Bữa tối căng thẳng. Ngồi đối diện với cô là Willem, một người đàn ông trầm tính ngoài 60 tuổi. Cha ông từng là cảnh sát trưởng — người trực tiếp tham gia vào cuộc đàn áp tàn bạo cộng đồng của cô.

Willem nhìn chằm chằm vào đĩa thức ăn của mình. Rồi cuối cùng nói, "Những tội lỗi của cha tôi ám ảnh tôi. Tôi chỉ là một cậu bé, nhưng tôi đã sống cả cuộc đời mình để cố gắng sửa chữa thiệt hại."

Giọng Lerato nghẹn lại. "Gia đình tôi vẫn sống với những gì cha anh đã làm."

Họ khóc.

Và rồi - điều khiến chính cô ngạc nhiên - cô với tay qua bàn và nắm lấy tay anh.

"Tôi tha thứ cho bạn. Không phải vì điều đó dễ dàng. Mà vì Chúa Jesus đã tha thứ cho tôi."

Đêm đó, có điều gì đó đã thay đổi.

Không phải quá khứ.
Mà là sức mạnh mà nó nắm giữ.

Suy ngẫm WWJD

Liệu Chúa Giêsu có tránh né nỗi đau trong lịch sử hay sẽ bước vào đó để mang lại sự chữa lành?

Sự khẳng định

"Tôi không phải là tù nhân của quá khứ — tôi là đại sứ của sự chữa lành của Chúa Kitô."

Tuyên bố cam kết

Hôm nay, tôi chọn sự hòa giải — ngay cả khi sự tha thứ khiến tôi cảm thấy không xứng đáng.

Kế hoạch hành động

Hãy tìm đến người mà bạn chia sẻ lịch sử chưa được giải quyết. Bắt đầu bằng lời cầu nguyện. Nếu có thể, hãy bắt đầu một cuộc trò chuyện.

Cầu nguyện

Chúa Giê-xu, Ngài đã bước vào sự tan vỡ để mang lại hòa bình. Xin giúp con làm như vậy. Xin dạy con biết lắng nghe, tha thứ và xây dựng lại — không phải bằng sức mạnh của riêng con, mà bằng sức mạnh của Ngài. Xin dùng cuộc đời con để chữa lành vết thương của nhiều thế hệ. Amen.

Nhật ký

- Tôi vẫn đang giam giữ ai hoặc điều gì trong nhà tù của sự không tha thứ?
- Chúa Giêsu muốn tôi đối xử thế nào với những người ở "phía bên kia" của nỗi đau?
- Sự hòa giải trông như thế nào với tôi ngày hôm nay?

Học nhóm/Câu hỏi thảo luận

1. Tại sao việc tha thứ lại khó khăn đến vậy khi nỗi đau kéo dài qua nhiều thế hệ?
2. Sự khác biệt giữa hòa giải và quên đi quá khứ là gì?
3. Làm thế nào để nhóm hoặc nhà thờ của chúng ta trở thành nơi an toàn cho sự chữa lành thực sự?

Ngày 19 – Khi Đức Tin Là Ngọn Lửa Tĩnh Lặng

Câu chuyện Ai Cập: "Miriam và cây thánh giá bên dưới cổ áo"

Tập trung vào Kinh Thánh

"Cũng vậy, ánh sáng của các con phải chiếu sáng trước mặt mọi người, để họ thấy những việc lành của các con và ngợi khen Cha các con ở trên trời."
— Ma-thi-ơ 5:16 (CSB)

Câu chuyện

Miriam là sinh viên năm thứ hai ngành kỹ thuật tại một trường đại học hàng đầu ở Cairo.
Sinh ra trong một gia đình theo đạo Cơ đốc Coptic, cô lớn lên trong vòng tay của các biểu tượng, nến và những lời cầu nguyện thì thầm bằng tiếng Ả Rập và tiếng Coptic. Cô biết những lời cầu nguyện. Cô yêu Chúa Jesus. Nhưng ở trường… cô im lặng.

Không phải vì cô ấy xấu hổ
mà vì cô ấy sợ hãi.

Cô đeo thánh giá dưới cổ áo. Cô cầu nguyện trong lòng giữa các bài giảng. Nhưng cô không bao giờ nói về đức tin của mình một cách công khai. Không phải ở đây. Không phải nơi cô có thể bị chế giễu, loại trừ hoặc tệ hơn.

Một ngày nọ trong lớp triết học, giáo sư đặt ra một câu hỏi:

"Tại sao con người vẫn tin vào một vị Chúa trong thời đại khoa học này?"

Tiếng thì thầm tràn ngập căn phòng. Tiếng cười. Những lời bình luận khinh thường. Sau đó, giáo sư quay sang Miriam.

"Em — em đeo chiếc vòng cổ đó, đúng không?"
Tay cô theo bản năng chạm vào cổ áo. "Em… đúng vậy," cô khẽ nói.

"Bạn nói sao?"

Căn phòng trở nên im lặng. Má cô ửng hồng. Tim cô đập thình thịch.

Cô ấy có hai lựa chọn.

Hãy giữ an toàn. Hoặc đứng lên.

Cô thì thầm cầu nguyện: *"Chúa Giê-su… Ngài sẽ làm gì?"*

Và câu trả lời đến nhẹ nhàng nhưng rõ ràng: *Tôi sẽ không trốn tránh.*

Cô hít một hơi.

"Tôi tin vào một Chúa vì tôi đã gặp Người. Người đã thay đổi cuộc đời tôi. Người ban cho tôi sự bình an mà không giáo sư nào có thể giải thích được. Tên Người là Chúa Jesus."

Sự im lặng ngày càng sâu sắc.

Và rồi, trước sự ngạc nhiên của cô — một vài cái đầu gật đầu. Một cô gái mỉm cười.

Sau giờ học, một người bạn học Hồi giáo lặng lẽ đến gần cô và nói, “Cảm ơn bạn. Bạn thật dũng cảm. Tôi muốn hỏi một số câu hỏi… nhưng tôi không biết mình có thể tin tưởng ai.”

Tối hôm đó, Miriam đi bộ về nhà, cây thánh giá vẫn còn dưới cổ áo — nhưng đức tin của cô giờ đây bùng cháy trong lòng can đảm.

Suy ngẫm WWJD

Liệu Chúa Giê-su có che giấu danh tính của mình để được an toàn hay sẽ tỏa sáng với ân sủng, ngay cả khi điều đó khiến Ngài phải trả giá?

Sự khẳng định

“Đức tin của tôi không phải là một bí mật — nó là ánh sáng mà thế giới cần.”

Tuyên bố cam kết

Hôm nay, tôi cam kết thể hiện đức tin của mình một cách rõ ràng — bằng sự duyên dáng, khôn ngoan và lòng can đảm.

Kế hoạch hành động

Hãy thể hiện, chia sẻ hoặc nói lên đức tin của bạn theo một cách nào đó ngay hôm nay — ngay cả khi đức tin đó nhỏ bé. Hãy để Chúa Jesus được nhìn thấy.

Cầu nguyện

Chúa Giê-su, xin giúp con không che giấu ánh sáng mà Ngài đã đặt trong con. Xin ban cho con sự can đảm và khôn ngoan để nói khi Ngài thúc giục con, và để sống theo cách tôn vinh Ngài. Xin cho đức tin thầm lặng của con trở nên lan tỏa. Amen.

Nhật ký

- Khi nào tôi có ý định che giấu đức tin của mình để được thoải mái?
- Có nơi nào trong cuộc sống của tôi mà Chúa Giêsu muốn tôi hiện diện nhiều hơn trước mặt Ngài không?
- Làm sao tôi có thể để ánh sáng của mình tỏa sáng - không quá chói, nhưng rõ ràng?

Học nhóm/Câu hỏi thảo luận

1. Tại sao đôi khi giữ im lặng về đức tin của mình lại dễ hơn?
2. Làm sao chúng ta có thể tôn trọng sự nhạy cảm về văn hóa trong khi vẫn chia sẻ về Chúa Jesus?
3. Những cách nhỏ bé nhưng mạnh mẽ nào giúp chúng ta phản ánh Chúa Jesus trong những môi trường khó khăn?

Ngày 20 – Khi Sự Thật Làm Xúc Phạm Chính Người Dân Của Bạn

Câu chuyện Kenya: "Daniel và Bàn tiệc chia đôi"

Tập trung vào Kinh Thánh

"Hãy làm điều công chính, yêu thương và bước đi cách khiêm nhường với Đức Chúa Trời của bạn."
— Mi-chê 6:8 (BDM)

Câu chuyện

Daniel là một ngôi sao đang lên trong bối cảnh chính trị của Nairobi.
Chỉ mới 34 tuổi, anh đã trở thành cố vấn được kính trọng của một viên chức chính phủ nổi tiếng. Anh ấy ăn nói lưu loát, điềm tĩnh và vững vàng trong đức tin Cơ đốc của mình — một sự kết hợp hiếm có trong một môi trường bất ổn.

Nhưng nhiệm vụ mới nhất khiến anh cảm thấy đau bụng.

Ông chủ của ông, một nhà lãnh đạo khu vực quyền lực, muốn thúc đẩy một hợp đồng phát triển — một hợp đồng sẽ có lợi rất nhiều cho nhóm dân tộc của họ và âm thầm cắt giảm nguồn lực từ một bộ tộc đối thủ.

"Không có gì là cá nhân cả", viên chức này nói. "Đó chỉ là cách trò chơi diễn ra thôi".

Daniel biết những gì được mong đợi. Hãy trung thành. Ký vào chính sách. Làm cho các bô lão trong bộ lạc vui vẻ.

Nhưng có điều gì đó bên trong anh đã nổi loạn.

Đêm đó, anh ngồi một mình trong căn hộ với tách trà lạnh và cuộc chiến dữ dội trong lương tâm.
Anh mở Kinh thánh. Micah 6:8 nhìn chằm chằm vào anh.

“Hãy làm điều đúng đắn…”

Không phải *điều dễ dàng* .
Không phải *điều mà bộ tộc bạn mong đợi* .
Không phải *điều đảm bảo sự nghiệp của bạn* .
Chỉ... đúng.

Ông cầu nguyện: “Lạy Chúa Giê-su, nếu Chúa là con, Chúa sẽ làm gì?”

Và câu trả lời đã xuyên thủng màn sương mù: *Bạn sẽ làm điều đúng đắn, bất kể ai đang nhìn bạn.*

Sáng hôm sau, Daniel nộp một báo cáo đã sửa đổi — một báo cáo bảo vệ công lý cho tất cả các cộng đồng. Không thiên vị. Không che đậy.

Hậu quả xảy ra rất nhanh chóng.

Ông mất đi sự ủng hộ về mặt chính trị. Một số cánh cửa đã đóng lại. Những đồng minh cũ đã xa lánh.

Nhưng còn có chuyện khác xảy ra nữa.

Một thành viên trẻ tuổi của quốc hội đã gọi điện cho ông.

"Anh không biết tôi", cô nói. "Nhưng tôi đã thấy báo cáo của anh. Anh vừa cho tôi can đảm để lên tiếng".

Daniel mỉm cười. Anh không còn sức mạnh như trước nữa — nhưng anh đã có được sự bình yên.

Suy ngẫm WWJD

Liệu Chúa Giê-su có bảo vệ dân của Ngài bằng cách hy sinh người khác hay sẽ đứng lên vì điều đúng đắn, bất kể bộ tộc hay chính trị?

Sự khẳng định

"Tôi theo chân lý, không theo chủ nghĩa bộ lạc. Tôi thuộc về Chúa Kitô trước bất kỳ nhóm người nào."

Tuyên bố cam kết

Hôm nay, tôi cam kết làm điều đúng đắn — ngay cả khi điều đó khiến tôi mất đi ảnh hưởng hoặc sự chấp thuận.

Kế hoạch hành động

Xác định một lĩnh vực mà sự thiên vị hoặc thiên vị đã xâm nhập. Chọn lên tiếng hoặc hành động vì công lý — ngay cả khi chỉ trong im lặng.

Cầu nguyện

Chúa Giê-su, xin ban cho con lòng can đảm để chọn chân lý thay vì chủ nghĩa bộ lạc, công lý thay vì chính trị, và tình yêu thay vì quyền lực. Xin giúp con trung thành với Ngài trước hết. Xin cho sự lãnh đạo của con phản ánh vương quốc của Ngài — chứ không phải sự chia rẽ của con người. Amen.

Nhật ký

- Tôi đã bao giờ có ý định bảo vệ lợi ích của mình mà bỏ mặc người khác không?
- Trở thành một nhà lãnh đạo lấy Chúa làm trung tâm trong một nền văn hóa chia rẽ có ý nghĩa gì?
- Chúa Giêsu sẽ làm gì với ảnh hưởng mà tôi có ngày hôm nay?

Học nhóm/Câu hỏi thảo luận

1. Tại sao việc chống lại nhóm, bộ tộc hoặc truyền thống của mình lại khó khăn đến vậy?
2. Các nhà lãnh đạo Cơ đốc giáo có thể phản đối sự bất công như thế nào mà không gây ra sự xúc phạm không cần thiết?
3. “Làm điều đúng đắn” tốn kém thế nào — và nó thay đổi điều gì?

Ngày 21 – Khi Niềm Vui Trở Thành Sự Kháng Cự Của Bạn

Câu chuyện Sudan: "Amina và bài hát không bao giờ chết"

Tập trung vào Kinh Thánh

"Hãy luôn vui mừng. Đừng bao giờ ngừng cầu nguyện. Hãy tạ ơn trong mọi hoàn cảnh,
vì đây là ý muốn của Đức Chúa Trời đối với anh em là những người thuộc về Chúa Cứu Thế Jesus."
— 1 Tê-sa-lô-ni-ca 5:16–18 (BDM)

Câu chuyện

Amina chỉ mới 19 tuổi khi cô buộc phải chạy trốn khỏi ngôi làng của mình ở Nam Kordofan.

Gia đình bà đã theo Chúa Jesus trong bí mật trong nhiều năm. Nhưng khi dân quân địa phương bắt đầu nhắm vào những người tin Chúa, họ đã chạy trốn về phía bắc — định cư tại một trại IDP (Người di tản trong nước) quá đông đúc ở Sudan.

Cuộc sống trong trại rất khắc nghiệt. Không có nước sạch. Thức ăn hạn chế. Phải liên tục theo dõi.

Nhưng Amina không bao giờ mất đi nụ cười.

Mỗi buổi sáng, bà hát. Nhẹ nhàng. Vui vẻ. Những bài hát về Chúa Jesus, được học trong những buổi họp mặt thì thầm tại nhà. Giọng bà, tuy nhỏ nhẹ, nhưng xuyên qua sự tuyệt vọng như ánh sáng mặt trời xuyên qua những đám mây giông.

Những người phụ nữ khác bắt đầu tụ tập. Đầu tiên là hai người. Rồi bảy người. Rồi hai mươi người.

Họ không la hét. Họ không phản đối.

Họ tôn thờ.

Một ngày nọ, một người lính canh đến gần. "Đừng hát nữa," anh ta quát.

Amina từ từ đứng dậy. Đôi mắt cô tràn đầy sự bình yên. "Tôi không thể," cô nhẹ nhàng nói. "Ngay cả khi tôi im lặng, trái tim tôi vẫn hát."

Người lính nhìn chằm chằm… rồi bỏ đi.

Đêm đó, có người đã lén đưa một tờ giấy vào lều của cô:

"Tôi muốn biết Chúa Jesus mà anh hát cho. Chúng ta có thể nói chuyện không?"

Niềm vui của bà đã mở ra một cánh cửa mà không bài giảng nào có thể làm được.

Cô ấy chẳng có gì cả. Không có bục giảng. Không có internet. Không có nhà thờ an toàn.

Nhưng bà có giọng nói của mình. Và bà đã trao nó cho Chúa Jesus.

Suy ngẫm WWJD

Liệu Chúa Giêsu có rút lui trong sợ hãi hay để niềm vui kháng cự?

Sự khẳng định

"Sự tôn thờ của tôi là vũ khí của tôi. Niềm vui của tôi là chỗ đứng của tôi."

Tuyên bố cam kết

Hôm nay, tôi chọn niềm vui — không phải vì cuộc sống dễ dàng, mà vì Chúa Giêsu ở cùng tôi.

Kế hoạch hành động

Hãy thờ phượng hôm nay — bằng lời nói hoặc trong lòng — đặc biệt là khi bạn cảm thấy áp lực. Hãy để niềm vui lên tiếng khi lời nói không thể.

Cầu nguyện

Chúa Jesus, cảm ơn Ngài vì niềm vui mà không kẻ thù nào có thể cướp mất. Xin giúp con hát khi con cảm thấy yếu đuối, thờ phượng khi con cảm thấy sợ hãi, và mỉm cười khi thế gian nói rằng con không nên. Xin dùng niềm vui của con để thắp sáng những nơi tối tăm. Amen.

Nhật ký

- Sẽ thế nào nếu tôi "hát" ở những nơi khó khăn?
- Nỗi sợ hãi đã làm im lặng niềm vui của tôi ở đâu?
- Ai có thể bị thu hút đến với Chúa Jesus qua cách tôi mang sự hiện diện của Ngài?

Học nhóm/Câu hỏi thảo luận

1. Niềm vui khác với hạnh phúc như thế nào? Tại sao niềm vui lại mạnh mẽ trong đau khổ?
2. Sự phản kháng vui vẻ trông như thế nào trong cuộc sống hoặc bối cảnh của bạn?
3. Nhóm của bạn có thể xây dựng văn hóa đức tin vui tươi như thế nào, bất kể hoàn cảnh nào?

Ngày 22 – Khi Đức Tin Giống Như Một Công Việc

Câu chuyện Hàn Quốc: "Ji-hoon và nhịp đập đã phá vỡ anh ấy"

Tập trung vào Kinh Thánh

"Hỡi những ai mệt mỏi và gánh nặng, hãy đến cùng Ta, Ta sẽ cho các ngươi được yên nghỉ."
— Ma-thi-ơ 11:28 (NIV)

Câu chuyện

Ji-hoon là một tay trống trong một trong những nhà thờ lớn nhất Seoul.
Anh ấy tài năng, chính xác và đầy nhiệt huyết — một người được yêu thích trong mục vụ thờ phượng. Mỗi Chủ Nhật, đèn chiếu sáng, hệ thống âm thanh gầm rú, và Ji-hoon giữ nhịp sau tấm chắn trống trong suốt.

Mọi người đều nghĩ anh ấy đang phát triển mạnh.

Nhưng Ji-hoon đang suy sụp.

Anh ấy đã không có một ngày Sa-bát thực sự trong hơn 8 tháng. Các buổi diễn tập. Trại thanh thiếu niên. Hội nghị. Các buổi ghi âm. Anh ấy mỉm cười khi mọi người nói, "Bạn thật được xức dầu." Nhưng bên trong? Anh ấy cảm thấy trống rỗng.

Trước đây anh ấy chơi vì anh ấy yêu Chúa Jesus.
Bây giờ anh ấy chơi vì mọi người mong đợi anh ấy chơi.

Một đêm nọ, sau một buổi lễ thờ phượng dài, anh ngồi một mình trong phòng chờ. Tay anh run rẩy. Tim anh tê liệt. Anh mở điện thoại và gõ tin nhắn cho người chỉ huy buổi thờ phượng:

"Tôi nghĩ tôi cần phải từ chức."

Nhưng ngón tay cái của anh vẫn lơ lửng.

Liệu họ có nghĩ anh ấy yếu đuối? Lười biếng? Thiếu tâm linh?

Thay vào đó, anh ấy mở ứng dụng Kinh thánh của mình — gần như là vô tình — và một câu thơ hiện lên trên màn hình:

"Hãy đến với Ta… và Ta sẽ cho các ngươi được nghỉ ngơi."

Anh ấy bắt đầu khóc.

Anh thì thầm trong nước mắt:

"Lạy Chúa Giêsu… nếu Chúa là con, Chúa sẽ làm gì?"

Câu trả lời đến như sự bình an, không phải áp lực.
Tôi sẽ lùi lại. Tôi sẽ ở cùng Chúa Cha. Tôi sẽ nghỉ ngơi.

Ji-hoon đã gửi tin nhắn.

Giám đốc của anh đã làm anh ngạc nhiên:

"Tự hào vì bạn đã lắng nghe Thánh Linh. Chúng ta hãy cùng nhau vượt qua điều này."

Trong vài tháng tiếp theo, Ji-hoon không chơi, không đăng bài, không biểu diễn.

Chỉ cần đi bộ đường dài. Cầu nguyện sâu sắc. Thờ phượng nhẹ nhàng.

Và ở đâu đó trong sự tĩnh lặng, anh lại tìm thấy nhịp điệu của mình — không phải cho sân khấu, mà cho tâm hồn anh.

Suy ngẫm WWJD

Liệu Chúa Giê-su có tiếp tục phục vụ nếu tâm hồn Ngài trống rỗng — hay rút lui để được đổi mới?

Sự khẳng định

"Tôi không được yêu vì những gì tôi làm - tôi được yêu vì chính con người tôi."

Tuyên bố cam kết

Ngày nay, tôi chọn sự thân mật với Chúa hơn là biểu diễn cho người khác.

Kế hoạch hành động

Hãy xem xét một lĩnh vực trong cuộc sống mà bạn đang cảm thấy trống rỗng. Tạo không gian để tĩnh lặng. Hãy nói không nếu cần.

Cầu nguyện

Chúa ơi, con mệt mỏi vì phải trình diễn. Xin dạy con đến với Ngài, không chỉ phục vụ cho Ngài. Xin giúp con nghỉ ngơi, nạp lại năng lượng và bước đi theo nhịp độ ân sủng. Con muốn thờ phượng từ sự tràn đầy, không phải nghĩa vụ. Amen.

Nhật ký

- Tôi đã nhầm lẫn hoạt động tâm linh với mối quan hệ với Chúa Giêsu ở điểm nào?
- Thờ phượng mà không có áp lực sẽ như thế nào?
- Nhịp điệu nào trong cuộc sống của tôi cần phải thay đổi hoặc định hình lại?

Học nhóm/Câu hỏi thảo luận

1. Tại sao tình trạng kiệt sức lại phổ biến trong mục vụ nhà thờ, đặc biệt là trong giới sáng tạo?
2. Làm thế nào chúng ta có thể tạo ra môi trường nơi sự nghỉ ngơi và tái tạo diễn ra bình thường?
3. *nhịp độ của Ngài* , không chỉ theo *mục đích của Ngài,* có nghĩa là gì ?

Ngày 23 – Khi đức tin có thể đánh đổi bằng mạng sống của bạn

Câu chuyện Bắc Triều Tiên: "Sun-mi và lời thì thầm"

Tập trung vào Kinh Thánh

"Họ không yêu mạng sống mình đến nỗi sợ chết."
— Khải Huyền 12:11 (BDM)

Câu chuyện

Sun-mi 16 tuổi.
Cô sống ở một ngôi làng biên giới xa xôi ở Bắc Triều Tiên, gần biên giới Trung Quốc. Đối với thế giới bên ngoài, cô ngoan ngoãn, ít nói, vô hình. Đối với giáo viên, cô là một học sinh gương mẫu. Đối với hàng xóm, cô chỉ là một cô gái khác trong một gia đình trung thành.

Nhưng Sun-mi lại mang trong mình một bí mật - một bí mật nguy hiểm đến mức có thể khiến cả gia đình cô mất mạng.

Bố mẹ cô theo đạo Thiên Chúa.

Cô chưa bao giờ nhìn thấy nhà thờ.
Chưa bao giờ cầm một quyển Kinh Thánh đầy đủ. Chưa bao giờ cầu nguyện lớn tiếng ở nơi công cộng.

Nhưng mỗi tối thứ sáu, ngay trước nửa đêm, cha cô sẽ nhấc tấm ván sàn lên và mở ra một cuốn sách mỏng, cũ nát — những trang sách được chép tay qua nhiều thế hệ.

Họ đọc thầm.
Họ cầu nguyện với đôi mắt nhắm nghiền và đôi tay run rẩy.
Họ thờ phượng mà không có âm nhạc — chỉ có trí nhớ.

Sun-mi thường tự hỏi: *"Tại sao chúng ta không dừng lại?"*

Một đêm nọ, sau khi cha của một người bạn bị chính quyền bắt giữ vì "hành vi đáng ngờ", Sun-mi đã hỏi cha mình:

"Chúa Giê-su sẽ làm gì nếu Người sống ở đây?"

Anh nhìn cô với đôi mắt đẫm lệ.

"Ngài vẫn yêu thương. Vẫn nói sự thật. Vẫn vác thập giá — ngay cả khi không ai thấy Ngài làm điều đó."

Thứ sáu đó, họ đọc Khải Huyền 2:10:

"Đừng sợ những điều anh em sắp phải chịu… Hãy trung thành, cho đến chết."

Sun-mi viết nó ra.
Gấp nó lại. Và giấu nó bên trong giày của cô ấy.

Vài tuần sau, trong một cuộc kiểm tra thường lệ, ngôi nhà của cô đã bị khám xét. Ván sàn bị xáo trộn — nhưng không bị nhấc lên. Cuốn sách vẫn còn nguyên vẹn.

Đêm đó, họ lại thờ phượng lần nữa.

Sun-mi thì thầm lời cầu nguyện của mình:

"Lạy Chúa Giêsu, con sẽ không ồn ào. Nhưng con sẽ thuộc về Ngài."

Suy ngẫm WWJD

Liệu Chúa Giê-su có im lặng tình yêu của Ngài để được an toàn hay để nó tỏa sáng, ngay cả khi nó phải tỏa sáng trong bí mật?

Sự khẳng định

"Đức tin của tôi có thể bị che giấu — nhưng tấm lòng tôi hoàn toàn thuộc về Ngài."

Tuyên bố cam kết

Hôm nay, tôi tôn vinh những người chịu đau khổ vì Chúa Jesus, và tôi cam kết sẽ mạnh dạn - trong tự do hoặc trong lửa.

Kế hoạch hành động

Hãy cầu nguyện cho một tín đồ bị ngược đãi ngày hôm nay. Hãy xem xét những quyền tự do mà bạn đã coi là hiển nhiên — và sống chúng một cách táo bạo hơn.

Cầu nguyện

Chúa Jesus, con nâng Sun-mi và hàng triệu người giống như cô ấy, những người theo Ngài trong bí mật, trong nguy hiểm, trong im lặng. Xin hãy làm cho con can đảm như họ. Xin cho sự thờ phượng của con được lớn tiếng — không chỉ về âm lượng, mà còn trong sự tận tụy. Và xin cho con không bao giờ phải xấu hổ vì danh Ngài. Amen.

Nhật ký

- Nếu tôi sống ở một nơi mà việc sở hữu Kinh Thánh là một tội ác thì sao - tôi có còn theo Chúa Jesus không?
- Sự táo bạo trông như thế nào trong nền văn hóa tự do của tôi?
- Làm sao tôi có thể sống theo cách tôn vinh lòng dũng cảm của những tín đồ bị ngược đãi?

Học nhóm/Câu hỏi thảo luận

1. Chịu đau khổ vì Chúa Kitô có ý nghĩa gì trong thế giới ngày nay?
2. Làm thế nào chúng ta có thể hỗ trợ hội thánh bị đàn áp bằng những cách thiết thực và tinh thần?
3. Sẽ thế nào nếu chúng ta thờ phượng và làm chứng một cách can đảm hơn trong bối cảnh của mình?

Ngày 24 – Khi Mọi Người Đều Làm Điều Đó

Câu chuyện Ghana: "Kwame và chiếc phong bì mà anh ấy không lấy"

Tập trung vào Kinh Thánh

"Thà ít của mà tin kính, còn hơn giàu mà gian dối."
— Châm Ngôn 16:8 (BDM)

Câu chuyện

Kwame là sinh viên trẻ nhất từng được bầu làm chủ tịch hội sinh viên tại Đại học Ghana, Legon.
Thông minh. Có sức lôi cuốn. Táo bạo. Và, quan trọng nhất đối với anh ấy — là một người theo Chúa Kitô.

Ông đã vận động tranh cử dựa trên sự chính trực. Minh bạch. Lãnh đạo bằng tấm gương.

Nhưng ngay sau chiến thắng, thực tế đã ập đến.

Tại cuộc họp ngân sách đầu tiên, một người đàn ông ăn mặc chỉnh tề ngoài 40 tuổi — một cựu sinh viên và nhà tài trợ chính trị — kéo anh sang một bên với nụ cười và nói:

"Bạn đang làm tốt. Bây giờ, đây là một điều nhỏ để giúp mọi thứ tiếp tục diễn ra."

Anh ta đưa cho anh ta một chiếc phong bì.

Kwame do dự. Anh không mở nó ra, nhưng anh có thể cảm nhận được sức nặng của nó — dày, nặng, có chủ đích.

"Chỉ là sự trân trọng thôi mà," người đàn ông thản nhiên nói thêm. "Bây giờ anh là một trong số chúng tôi. Đừng làm chúng tôi trông tệ hại."

Kwame mỉm cười lịch sự. Gật đầu. Bước ra ngoài.

Nhưng ngực anh nóng rát.

Đêm đó, anh ngồi trong sự yên tĩnh của ký túc xá. Chiếc phong bì vẫn chưa mở trên bàn. Điện thoại của anh rung lên — tin nhắn chúc mừng từ bạn bè, lời nhắc nhở từ nhóm tình nguyện của trường, một cửa sổ bật lên sùng đạo trên màn hình:

“Được lời lãi cả thế gian mà mất linh hồn thì có ích gì?”

Anh hít vào. Sau đó thì thầm:

“Chúa Giê-su… Ngài sẽ làm gì?”

Anh ấy đã biết rồi.

Ngày hôm sau, anh trả lại phong bì. Kèm theo đó là một tờ giấy ghi chú:

“Thành thật mà nói, tôi không thể chấp nhận những gì tôi không kiếm được. Tôi phục vụ sinh viên, không phải một hệ thống.”

Một số người gọi ông là ngây thơ. Những người khác gọi ông là dũng cảm. Nhưng nhiều người… đã được truyền cảm hứng.

Và khi cuộc bầu cử ở trường diễn ra vào năm sau, nhiều ứng cử viên hơn đã chạy đua dựa trên sự thật — bởi vì Kwame đã chứng minh điều đó là có thể.

Suy ngẫm WWJD

Liệu Chúa Giê-su có chấp nhận những gì được ban cho một cách bí mật hay sẽ soi sáng hệ thống này?

Sự khẳng định

"Lòng chính trực của tôi đáng giá hơn cơ hội."

Tuyên bố cam kết

Ngày nay, tôi chọn tính cách thay vì thỏa hiệp — ngay cả khi không có ai nhìn thấy.

Kế hoạch hành động

Hãy nói không với một sự thỏa hiệp "nhỏ" nào ngày hôm nay. Hãy biến nó thành lời đồng ý lớn nhất của bạn với Chúa Jesus.

Cầu nguyện

Lạy Chúa Jesus, cảm ơn Chúa đã cho con thấy rằng sự trung tín trong những điều nhỏ nhặt là quan trọng. Xin ban cho con lòng can đảm để bước đi trong sự chính trực khi con dễ dàng đi tắt hơn. Xin cho những lựa chọn của con phản ánh Chúa, chứ không chỉ là danh hiệu của con. Amen.

Nhật ký

- Tôi có bao giờ bị cám dỗ dùng thứ gì đó chỉ vì "mọi người đều làm vậy" không?
- Sự chính trực không khoan nhượng trông như thế nào trong khả năng lãnh đạo hoặc ảnh hưởng của tôi?
- Làm sao tôi có thể truyền cảm hứng cho người khác cùng tôi đấu tranh cho điều đúng đắn?

Học nhóm/Câu hỏi thảo luận

1. Mọi người thường gặp phải những "phong bì" nào trong môi trường của bạn?
2. Tại sao lại khó để nói không với những thỏa hiệp nhỏ như vậy?
3. Làm thế nào chúng ta có thể xây dựng một nền văn hóa can đảm trong giới trẻ và các nhà lãnh đạo Cơ đốc giáo?

Ngày 25 – Khi sự tha thứ trở nên bất khả thi

Câu chuyện Rwanda: "Nadège và con trai của người đàn ông đã giết cha cô"

Tập trung vào Kinh Thánh

"Hãy thông cảm với lỗi lầm của nhau và tha thứ cho bất kỳ ai xúc phạm đến mình.
Hãy nhớ rằng, Chúa đã tha thứ cho bạn, vì vậy bạn cũng phải tha thứ cho người khác."
— Cô-lô-se 3:13 (BDM)

Câu chuyện

Nadège chưa bao giờ gặp cha mình.
Ông đã bị giết trong cuộc diệt chủng năm 1994 — khi cô vẫn còn trong bụng mẹ.

Cô lớn lên với những câu chuyện, không phải ký ức. Những bức ảnh, không phải những cái ôm. Mẹ cô lặng lẽ mang nỗi đau, giống như nhiều người ở Rwanda sau cuộc diệt chủng: với phẩm giá, sự im lặng và đôi mắt mệt mỏi.

Ở trường, Nadège rất xuất sắc. Ở nhà thờ, cô ấy mỉm cười.
Nhưng sâu bên trong, một ngọn lửa lặng lẽ bùng cháy.
Tại sao tôi phải tha thứ cho những gì họ đã làm?
Tại sao tôi phải giải thoát những gì tôi chưa bao giờ yêu cầu?

Ở tuổi 26, cô được mời tham dự một **cuộc đối thoại hòa giải** — một cuộc tụ họp nơi con cái của nạn nhân và thủ phạm sẽ chia sẻ câu chuyện của họ, đau buồn và cầu nguyện.

Cô ấy gần như đã không đi.

Nhưng có điều gì đó kéo cô lại. Một tiếng thì thầm: *"Đây không phải là về họ. Đây là về Tôi và bạn."*

Trong buổi họp, mọi người khóc lóc, run rẩy, tan vỡ. Rồi đến một khoảnh khắc mà cô không ngờ tới.

Một chàng trai trẻ tên Jean-Pierre đứng lên và nói,

"Cha tôi là dân quân. Ông ấy thú nhận đã giết nhiều người... bao gồm một người đàn ông tên là Emmanuel — trong khu phố này."

Nadège nín thở.

Đó là tên của cha cô.

Giọng nói của Jean-Pierre run rẩy:

"Tôi mang trong mình nỗi xấu hổ vì mình không kiếm được tiền. Nhưng tôi muốn nói điều này — nếu gia đình bạn bị tổn thương vì tôi, tôi rất xin lỗi."

Im lặng.

Sau đó là chuyển động.

Nadège đứng dậy. Bước tới. Và ôm lấy anh.

"Tôi tha thứ cho anh," cô thì thầm. "Chúa Jesus đã tha thứ cho tôi. Tôi không có quyền từ chối những gì tôi đã được ban cho."

Căn phòng bị vỡ.

Anh ấy khóc.

Và một điều gì đó sâu sắc hơn công lý đã bắt đầu - sự chữa lành.

Suy ngẫm WWJD

Liệu Chúa Giêsu có đòi hỏi sự đền đáp hay trở thành cầu nối giữa đau khổ và bình an?

Sự khẳng định

“Quá khứ có thể định hình tôi, nhưng Chúa Jesus giải thoát tôi.”

Tuyên bố cam kết

Hôm nay, tôi chọn tha thứ — không phải vì họ xứng đáng, mà vì Chúa Jesus đã tha thứ cho tôi.

Kế hoạch hành động

Hãy nêu tên một người, gia đình hoặc ký ức cần được tha thứ. Hãy cầu nguyện một cách chân thành. Sau đó thực hiện một bước — một thông điệp, một lời cầu nguyện, một mục nhật ký.

Cầu nguyện

Chúa Giêsu, xin giúp con tha thứ những gì con cảm thấy không thể tha thứ. Phá vỡ chu kỳ tức giận và im lặng trong con. Xin cho con trở thành tiếng nói chữa lành trong thế hệ của con. Xin dùng nỗi đau của con như một cánh cửa dẫn đến hòa bình. Amen.

Nhật ký

- Tôi đã âm thầm oán giận ai?
- Tôi cần phải làm gì để có thể tiến tới quá trình chữa lành?
- Chúa Giêsu đang yêu cầu tôi buông bỏ như thế nào để tôi có thể thực sự sống?

Học nhóm/Câu hỏi thảo luận

1. Tại sao việc tha thứ lại khó khăn đến vậy khi vết thương là do di truyền?
2. Điều gì xảy ra khi chúng ta tha thứ cho một người "không xứng đáng"?
3. Làm thế nào chúng ta có thể trở thành cầu nối cho sự hòa giải trong cộng đồng của mình?

Ngày 26 – Khi tình yêu vượt qua ranh giới

Câu chuyện Nigeria: "Michael và Fatima ở hàng rào"

Tập trung vào Kinh Thánh

"Hãy yêu kẻ thù mình. Hãy làm ơn cho những kẻ ghét mình. Hãy chúc phước cho những kẻ nguyền rủa mình. Hãy cầu nguyện cho những kẻ làm hại mình."
— Luca 6:27–28 (BDM)

Câu chuyện

Michael sống ở Jos, Tiểu bang Plateau.
Anh là một người theo đạo Thiên chúa — đức tin mạnh mẽ, tích cực tham gia vào mục vụ thanh thiếu niên và nhiệt huyết với đất nước của mình. Fatima sống ở nhà bên cạnh. Một người Hồi giáo ngoan đạo, trầm tính, thường được nhìn thấy đội khăn trùm đầu màu xanh mềm mại và đi bộ đến lớp học kinh Quran cùng em trai.

Họ chào nhau lịch sự như những người hàng xóm vẫn làm.

Nhưng ở thị trấn của họ — nơi bị chia cắt bởi ký ức, sự ngờ vực và bạo lực trong quá khứ — thì "lịch sự" là điều bình thường.

Một buổi chiều, khi căng thẳng bùng phát sau cuộc đụng độ chính trị giữa các nhóm tôn giáo, tin đồn lan truyền. Lệnh giới nghiêm được ban hành. Nỗi sợ hãi âm ỉ bên dưới bề mặt.

Mục sư của Michael đã phát biểu tại buổi giao lưu thanh thiếu niên:

"Hãy cầu nguyện. Nhưng đừng tin tưởng quá dễ dàng."

Đêm đó, Michael nghe thấy tiếng hét từ nhà bên cạnh. Rồi tiếng kính vỡ. Một nhóm côn đồ trẻ tuổi đã nhảy qua hàng rào nhà Fatima, hét lên những lời buộc tội và đe dọa.

Không suy nghĩ gì thêm, Michael cầm lấy đèn pin và chạy ra ngoài.

Anh thấy Fatima đang khom mình gần cổng sau, che chở cho em trai mình.

Họ nhìn nhau.

Anh ấy thì thầm, "Đến đây nào!"

Anh dẫn họ qua cổng bên vào nhà mình. Khóa cửa lại. Giấu họ trong phòng sau. Gia đình anh nhìn chằm chằm trong im lặng kinh ngạc.

"Họ là hàng xóm của chúng ta," ông nói. "Và Chúa Jesus đã nói hãy yêu thương hàng xóm của bạn. Điều đó bao gồm cả khoảnh khắc này."

Đêm đã trôi qua. Mối đe dọa đã biến mất.

Vào buổi sáng, cha của Fatima bắt tay Michael. Em trai cô mỉm cười. Fatima không nói nhiều — chỉ nhìn vào mắt anh và thì thầm,

"Tôi không biết Chúa Jesus mà mọi người lại làm những điều như thế này."

Michael mỉm cười nhẹ nhàng.

"Bây giờ thì bạn đã biết rồi."

Suy ngẫm WWJD

Liệu Chúa Giê-su chỉ bảo vệ những người của Ngài hay sẽ hy sinh mạng sống mình vì tất cả mọi người?

Sự khẳng định

"Tôi được kêu gọi để yêu thương — không phải bằng sự sợ hãi, mà bằng lòng trắc ẩn không sợ hãi."

Tuyên bố cam kết

Hôm nay, tôi chọn trở thành cầu nối, không phải rào cản. Người gìn giữ hòa bình, không phải đảng phái.

Kế hoạch hành động

Cầu nguyện cho một người có đức tin, dân tộc hoặc nhóm khác. Hãy giúp đỡ bằng lòng tốt, không có mục đích.

Cầu nguyện

Chúa Giêsu, Chúa đã phá vỡ mọi bức tường bằng tình yêu của Chúa. Xin giúp con làm như vậy. Xin chữa lành đất nước chúng con. Xin chữa lành trái tim chúng con. Xin cho hành động của con nói lên nhiều hơn định kiến, sợ hãi hay kiêu ngạo. Xin biến con thành bình đựng hòa bình. Amen.

Nhật ký

- Tôi đã sợ hãi hoặc ngần ngại yêu ai?
- Chúa Giê-su sẽ làm gì nếu Ngài bị đặt giữa hai nhóm người chia rẽ?
- Làm thế nào tôi có thể trở thành người gìn giữ hòa bình ở phố, trường học hoặc thành phố của mình?

Học nhóm/Câu hỏi thảo luận

1. Làm thế nào chúng ta có thể sống tình yêu thương sâu sắc trong những cộng đồng chia rẽ?
2. Sự khác biệt giữa lòng khoan dung và tình yêu thương giống Chúa Kitô là gì?
3. Làm sao chúng ta có thể bảo vệ sự thật mà không đóng cửa trái tim mình với người khác?

Ngày 27 – Khi bạn muốn bỏ nhà đi

Câu chuyện Philippines: "Joanna và số gạo ít ỏi cô có"

Tập trung vào Kinh Thánh

"Hãy hiếu kính cha mẹ ngươi... hầu cho ngươi được phước và sống lâu trên đất."
— Ê-phê-sô 6:2–3 (NIV)

Câu chuyện

Joanna 17 tuổi và chán ngán mọi thứ.
Chán ngán việc sống trong một ngôi nhà đông đúc ở thành phố Quezon. Chán ngán việc nghe bố mẹ cãi nhau vì hóa đơn. Chán ngán việc trốn học để trông em. Chán ngán việc giả vờ rằng mọi thứ đều ổn.

Cô ấy yêu Chúa Jesus. Cô ấy đã đến nhóm thanh thiếu niên. Cô ấy thậm chí còn dẫn dắt những lời cầu nguyện trong vòng tròn Kinh Thánh cộng đồng nhỏ của họ. Nhưng bên trong, cô ấy đang chìm đắm.

Một ngày nọ, sau một cuộc cãi vã giữa bố mẹ, cô bé ngồi sau cửa hàng bán sari-sari nhỏ của họ, nhìn chằm chằm vào màn hình điện thoại bị nứt.

Một tin nhắn từ một người bạn hiện lên:

"Tôi có thể hỏi em họ tôi ở Dubai xem cô ấy có thể giúp anh xin visa không. Anh thông minh lắm. Anh không thuộc về nơi này."

Joanna dừng lại. Từ đó — *"thuộc về"* — chạm đến điều gì đó bên trong cô.

Liệu Chúa Jesus có thực sự muốn cô ở lại nơi này không? Trong sự hỗn loạn này sao?

Cô ấy không trả lời tin nhắn.

Thay vào đó, bà mở cuốn Kinh Thánh rách nát của mình ra và cầu nguyện:

"Lạy Chúa Giêsu, nếu Chúa là con, Chúa sẽ làm gì?"

Cô không nghe thấy giọng nói nào. Nhưng mắt cô dừng lại ở một câu thơ cô đã đọc trước đó, nhưng chưa từng *nghe* trước đây:

"Ngay cả Con Người cũng đến không phải để được phục vụ, nhưng là để phục vụ…"

Cô biết Ngài sẽ làm gì. Ngài sẽ ở lại. Ngài sẽ yêu thương. Ngài sẽ phục vụ — không phải vì họ xứng đáng, mà vì *Ngài* trung thành.

Joanna đứng dậy.

Cô nấu cơm cho anh chị em mình. Giặt quần áo cho mẹ. Và đêm hôm đó, khi cha cô trở về nhà trong trạng thái im lặng và mệt mỏi, cô đã ôm chặt ông.

Nó không giải quyết được mọi thứ. Nhưng nó đã thay đổi cô ấy.

Joanna đã chọn ở lại — không phải bị mắc kẹt, mà *được gửi đi* . Được gửi đi bởi tình yêu. Được gửi đi như Chúa Jesus.

Suy ngẫm WWJD

Liệu Chúa Giê-su có rời xa những con người tan vỡ hay yêu thương họ cho đến khi họ sống lại?

Sự khẳng định

"Tôi không bị mắc kẹt – tôi được tình yêu dẫn dắt, ngay cả khi khó khăn."

Tuyên bố cam kết

Ngày nay, tôi chọn cách yêu thương những người gần gũi nhất với mình — ngay cả khi đó là điều khó khăn nhất.

Kế hoạch hành động

Hãy viết một ghi chú, nấu một bữa ăn hoặc nói một lời tử tế với ai đó trong gia đình bạn ngay hôm nay — mà không cần chờ lời cảm ơn.

Cầu nguyện

Chúa Jesus, cảm ơn Ngài đã không rời xa con. Xin dạy con yêu thương gia đình như Ngài yêu thương con — với lòng trắc ẩn, không phải điều kiện. Xin giúp con trở nên nhẹ nhàng giữa cảnh hỗn loạn. Xin ban cho con sức mạnh để ở lại và ân sủng để phục vụ. Amen.

Nhật ký

- Có khi nào tôi muốn trốn thoát thay vì chịu đựng?
- Chúa Giêsu sẽ làm gì trong hoàn cảnh gia đình cụ thể của tôi?
- Hôm nay, ai trong gia đình tôi cần tình yêu thương hơn là sự sửa phạt?

Học nhóm/Câu hỏi thảo luận

1. Tại sao việc yêu thương gia đình lại thường khó hơn việc yêu thương người lạ?
2. Tôn vinh cha mẹ khi họ còn khiếm khuyết sẽ như thế nào?
3. Làm thế nào chúng ta có thể trở thành tác nhân chữa lành trong chính gia đình mình?

Ngày 28 – Khi giữ im lặng cảm thấy an toàn hơn

Câu chuyện Indonesia: "Rizky và câu hỏi mà anh không ngờ tới"

Tập trung vào Kinh Thánh

"Nhưng nếu các con chối Ta ở dưới đất này, Ta sẽ chối các con trước mặt Cha Ta ở trên trời."
— Ma-thi-ơ 10:33 (BDM)

Câu chuyện

Rizky đã học được từ sớm rằng việc **theo Chúa Jesus ở Jakarta có nghĩa là phải cẩn thận** .

Anh được nuôi dưỡng trong một gia đình theo đạo Thiên chúa, luôn giữ thái độ khiêm nhường trong khu phố đa số là người Hồi giáo. Bố mẹ anh thì thầm cầu nguyện trước bữa ăn. Họ đến một nhà thờ ngầm nhỏ họp mặt sau một hiệu sách đóng cửa vào Chủ Nhật. Còn Rizky thì sao? Anh chưa bao giờ đề cập đến đức tin ở trường.

Không phải vì anh ấy xấu hổ.
Mà vì anh ấy sợ.

Cho đến một buổi chiều trong căng tin, khi người bạn thân nhất của anh, **Adil** , đang trò chuyện về tâm linh thì đột nhiên anh nghiêng người vào và hỏi:

"Anh không phải là… người theo đạo Thiên Chúa, đúng không?"

Thời gian như ngừng lại.

Họ đã là bạn trong nhiều năm. Cùng chơi bóng đá. Cùng làm các dự án khoa học. Họ chưa bao giờ nói về đức tin.

Rizky nuốt nước bọt khó khăn.
Anh nghĩ đến những gì có thể xảy ra. Adil có thể phản ứng thế nào. Người khác có thể đối xử với anh ra sao.

Anh ta cười yếu ớt: "Sao em lại hỏi thế?"

Adil nhún vai. "Anh khác. Giống như… bình tĩnh. Bình yên. Và khi chúng tôi sợ hãi trong trận động đất đó, anh đã nói, 'Chúa ơi, hãy giúp chúng tôi.'"

Rizky sững người. Anh đã quên mất mình từng nói thế.

Anh nhìn người bạn của mình.
Sau đó thì thầm một lời cầu nguyện trong lòng: *Chúa Jesus, Ngài sẽ làm gì?*

Câu trả lời đến nhẹ nhàng nhưng kiên quyết: *Tôi sẽ không chối bỏ Cha tôi.*

Rizky gật đầu chậm rãi. "Vâng… Tôi là người theo đạo Thiên Chúa."

Adil không lùi lại mà
nghiêng người lại gần hơn.

"Tôi có thể hỏi anh một điều không? Anh tin gì về Chúa?"

Và ngay tại đó, bằng giọng thì thầm bên bữa cơm ấm áp và nước sốt sambal, Rizky đã nói sự thật với người bạn thân nhất của mình.

Không la hét. Không rao giảng. Chỉ có lòng can đảm và tình yêu thầm lặng.

Suy ngẫm WWJD

Liệu Chúa Giê-su có bảo vệ danh tiếng của mình hay sẽ tiết lộ sự thật một cách nhẹ nhàng và táo bạo?

Sự khẳng định

"Tôi sẽ không che giấu ánh sáng của mình. Ngay cả trong những cách nhỏ nhặt, tôi sẽ phản chiếu Chúa Jesus."

Tuyên bố cam kết

Hôm nay, tôi cam kết sẽ lựa chọn sự thật thay vì nỗi sợ hãi — ngay cả khi điều đó khó khăn.

Kế hoạch hành động

Hãy cầu xin Chúa cho bạn một khoảnh khắc để suy ngẫm về Chúa Jesus trong cuộc trò chuyện — và sự can đảm để bước vào cuộc trò chuyện đó.

Cầu nguyện

Chúa Jesus, cảm ơn Ngài đã can đảm khi con sợ hãi. Xin ban cho con lòng can đảm để sống vì Ngài — không chỉ ở những nơi an toàn, mà còn ở những nơi quan trọng. Xin cho lời nói và hành động của con nói lên tình yêu của Ngài, ngay cả trong những cách lặng lẽ nhất. Amen.

Nhật ký

- Tại sao tôi lại chọn im lặng thay vì đứng về phía Chúa Giêsu?
- Những nỗi sợ nào đang ngăn cản tôi chia sẻ đức tin của mình?
- Hôm nay tôi có thể thực hiện bước đi nhỏ táo bạo nào?

Học nhóm/Câu hỏi thảo luận

1. Tại sao việc im lặng về đức tin lại hấp dẫn đến vậy?
2. Làm thế nào chúng ta cân bằng được sự khôn ngoan và lòng táo bạo khi chia sẻ về Chúa Jesus?
3. Sống như một ánh sáng lặng lẽ ở nơi đầy áp lực có nghĩa là gì?

Ngày 29 – Khi bạn không còn cảm thấy yêu nữa

Câu chuyện hôn nhân: "Emmanuel và Grace ở bờ vực"

Tập trung vào Kinh Thánh

"Tình yêu thương không bao giờ bỏ cuộc, không bao giờ mất đức tin, luôn luôn hy vọng và chịu đựng trong mọi hoàn cảnh."
— 1 Cô-rinh-tô 13:7 (BDM)

Câu chuyện

Emmanuel và Grace đã kết hôn được 11 năm.

Nhìn từ bên ngoài, họ trông giống như một cặp đôi Cơ đốc giáo mẫu mực ở Lagos.
Ông là một trưởng lão nhà thờ. Bà là người lãnh đạo nhóm phụ nữ. Họ mỉm cười trước công chúng. Tạo dáng cùng nhau trên Instagram. Ngồi cùng nhau trong các buổi lễ.

Nhưng ở nhà thì sao? Họ là bạn cùng phòng. Không phải là bạn đời.

Những cuộc trò chuyện ngắn ngủi. Sự thân mật không tồn tại. Những cuộc tranh cãi lặp đi lặp lại như những bản ghi bị hỏng.
Bộ phát triển. Nhưng tình yêu? Đã phai nhạt.

Một đêm thứ sáu, sau một vòng hỏi "Bạn có nghe tôi nói không?", Grace ngồi trên sàn phòng khách và khóc.

"Con không thể làm thế này nữa, Chúa ơi. Con cảm thấy mình vô hình."

Ở phòng bên kia, Emmanuel nhìn chằm chằm lên trần nhà và thì thầm,

"Chúa Giê-su… Ngài sẽ làm gì — nếu Ngài kết hôn với con?"

Anh cảm thấy câu hỏi này thật đau đớn. Bởi vì câu trả lời đã rõ ràng.

Chúa Jesus sẽ không bỏ đi.
Chúa Jesus sẽ không thể hiện tình yêu vào Chủ Nhật và phớt lờ nó vào Thứ Hai. Chúa Jesus sẽ *theo đuổi. Phục vụ. Tha thứ. Thử lại.*

Cuối tuần đó, anh ấy gọi cho mục sư của họ. Họ bắt đầu tư vấn. Chậm rãi. Ngượng ngùng.

Đó không phải là phép thuật. Nó rất khó.

Grace chia sẻ về cảm giác không được lắng nghe.
Emmanuel thú nhận lòng tự hào và sự kiệt sức của mình.
Họ cùng nhau ăn chay. Cùng nhau cầu nguyện. Ngồi im lặng mà không có thái độ phòng thủ.

Và một đêm nọ - sau nhiều tuần cố gắng - họ bật cười vì một câu nói ngớ ngẩn của con trai họ.

Nó còn nhỏ. Nhưng đó là sự khởi đầu.

Họ nhớ rằng:
Tình yêu không phải lúc nào cũng ồn ào. Đôi khi, chỉ cần chọn ở lại.

Suy ngẫm WWJD

Liệu Chúa Giê-su có từ bỏ giao ước hay sẽ thực hiện giao ước, ngay cả khi điều đó gây đau đớn?

Sự khẳng định

“Tôi chọn tình yêu — không chỉ khi nó dễ dàng, mà còn khi nó chân thật.”

Tuyên bố cam kết

Ngày nay, tôi chọn tiếp tục yêu thương — không chỉ bằng cảm xúc mà còn bằng hành động.

Kế hoạch hành động

Hãy làm một việc hôm nay để thể hiện tình yêu với vợ/chồng bạn (hoặc mối quan hệ căng thẳng): một lời nói, một bữa ăn, một cái ôm, một lời xin lỗi chân thành.

Cầu nguyện

Chúa Giê-su, cảm ơn Ngài đã không rời xa con. Xin dạy con biết yêu thương như Ngài — kiên nhẫn, bền bỉ, hy sinh. Xin chữa lành những khoảng trống trong trái tim và ngôi nhà của chúng con. Và xin cho câu chuyện của chúng con phản ánh ân sủng của Ngài. Amen.

Nhật ký

- Tôi đã từ bỏ điều gì về mặt cảm xúc, ngay cả khi tôi vẫn ở lại về mặt thể xác?
- Chúa Giê-su sẽ làm gì trong cuộc hôn nhân của tôi lúc này?
- Xây dựng lại lòng tin và sự dịu dàng là như thế nào?

Học nhóm/Câu hỏi thảo luận

1. Tại sao nhiều cuộc hôn nhân của người theo đạo Thiên Chúa lại gặp khó khăn sau cánh cửa đóng kín?
2. "Chiến đấu vì tình yêu" trông như thế nào trong xung đột ngoài đời thực?
3. Làm thế nào chúng ta có thể hỗ trợ các cặp đôi theo đuổi quá trình chữa lành mà không cảm thấy xấu hổ?

Ngày 30 – Khi bạn mệt mỏi và thậm chí không biết tại sao

Câu chuyện về sức khỏe tâm thần của thế hệ Z: "Zara và áp lực phải ổn"

Tập trung vào Kinh Thánh

"Hãy trao mọi điều lo lắng của mình cho Ngài, vì Ngài chăm sóc anh em."
— 1 Phi-e-rơ 5:7 (NIV)

Câu chuyện

Zara 20 tuổi.
Thông minh. Hài hước. Sáng tạo. Nhìn từ bên ngoài, cuộc sống của cô ấy có vẻ ổn — các lớp học đại học, công việc thiết kế bán thời gian, một nhóm trò chuyện năng động và những cuộn phim Instagram bóng bẩy.

Nhưng bên trong thì sao? Cô đã kiệt sức.

Mỗi ngày đều giống như một buổi biểu diễn. Cô thức dậy với lồng ngực căng cứng. Lướt TikTok với nụ cười — trong khi chìm xuống. Cô ấy nói "Tôi ổn" thường xuyên đến mức ngay cả cô ấy cũng bắt đầu tin vào điều đó.

Cho đến một đêm nọ, sau khi lỡ thêm một thời hạn nộp bài tập, cô ngã gục trên giường ký túc xá và thì thầm,

"Chúa ơi… nếu Người có thật… thì con bị sao vậy?"

Không có sấm sét. Không có tầm nhìn. Chỉ có… sự tĩnh lặng.

Rồi một lời nhắc nhở nhẹ nhàng từ một câu thơ cô đã từng nghe trong nhà thờ:

"Hãy đến cùng Ta, hỡi những ai mệt mỏi và gánh nặng…"

Cô mở ứng dụng Kinh thánh mà cô đã không đụng đến trong nhiều tháng. Đọc chậm rãi.
Sau đó hỏi câu hỏi trung thực nhất mà cô từng cầu nguyện:

"Chúa Giê-su… Chúa sẽ làm gì nếu Chúa cảm thấy như thế này?"

Câu trả lời đến nhẹ nhàng: *Tôi sẽ nghỉ ngơi. Tôi sẽ khóc. Tôi sẽ đến với Chúa Cha, không phải biểu diễn cho Ngài.*

Tuần đó, cô ấy đã tìm đến một người cố vấn.
Sau đó là một cố vấn. Sau đó là nhóm nhỏ của cô ấy — thành thật mà nói.

Cô ấy nói to những lời này: "Tôi không ổn."
Và lần đầu tiên, cô cảm thấy được yêu thương *mà không cần phải giả vờ.*

Chúa Giêsu không hề thất vọng. Ngài đã *hiện diện* .

Suy ngẫm WWJD

Liệu Chúa Giê-su có giả vờ rằng Ngài vẫn ổn — hay sẽ cầu xin sự giúp đỡ, kêu khóc và nghỉ ngơi?

Sự khẳng định

"Tôi không cần phải biểu diễn để được yêu thương. Chúa Jesus nhìn thấy tôi và ở lại."

Tuyên bố cam kết

Hôm nay, tôi cam kết trung thực với chính mình, với người khác và với Chúa.

Kế hoạch hành động

Nói chuyện với người mà bạn tin tưởng về con *người thật* của bạn. Tìm kiếm sự cầu nguyện, hỗ trợ hoặc thậm chí là sự giúp đỡ chuyên nghiệp nếu cần.

Cầu nguyện

Chúa Jesus, cảm ơn Ngài vì con không cần phải mạnh mẽ để Ngài yêu con. Xin giúp con mang đến cho Ngài nỗi lo lắng của con, đừng che giấu nó. Xin sự bình an của Ngài làm vững chắc trái tim con. Xin chữa lành những gì con không thể tự mình sửa chữa. Amen.

Nhật ký

- Tôi đã che giấu Chúa và mọi người những cảm xúc nào?
- Chúa Giêsu cảm thấy thế nào về sự lo lắng hoặc trầm cảm của tôi?

- Sẽ như thế nào nếu chúng ta bước đi cùng Ngài — không chỉ vì Ngài — ngày hôm nay?

Học nhóm/Câu hỏi thảo luận

1. Tại sao nhiều người trẻ lại cảm thấy áp lực phải tỏ ra "ổn" mọi lúc?
2. Làm thế nào chúng ta có thể tạo ra không gian an toàn trong nhà thờ và gia đình để trò chuyện thực sự về sức khỏe tâm thần?
3. Chúa Giê-su nói gì với người cảm thấy lo lắng, tê liệt hoặc choáng ngợp?

Ngày 31 – Khi tính chính trực có hại cho doanh nghiệp

Câu chuyện kinh doanh: "Adaora và lá phiếu im lặng"

Tập trung vào Kinh Thánh

"Sự liêm chính của người ngay thẳng dẫn dắt họ, nhưng kẻ bất trung bị hủy diệt bởi sự gian dối của họ."
— Châm ngôn 11:3 (NIV)

Câu chuyện

Adaora ngồi ở đầu xa của chiếc bàn họp bằng gỗ gụ, ngón tay chụm lại, lắng nghe.

Cô là giám đốc trẻ nhất trong hội đồng quản trị của một công ty bất động sản đa quốc gia có trụ sở tại London. Sinh ra tại Lagos. Học vấn tại Johannesburg và New York. Thông minh. Thăng tiến nhanh. Được kính trọng.

Cuộc thảo luận trên bàn hôm nay rất nhạy cảm — một cuộc bỏ phiếu để bật đèn xanh cho một dự án béo bở ở một quốc gia Tây Phi. Lợi nhuận cao, sự quan tâm của các nhà đầu tư lớn… nhưng cũng có những lời bàn tán về việc **trục xuất đất đai** và **hối lộ "kỹ thuật"** để làm dịu các rào cản pháp lý.

Mọi người đều biết chuyện gì thực sự đang xảy ra.

Nhưng các báo cáo đều sạch sẽ. Lợi nhuận thì lớn. Áp lực phải tiếp tục? Rất lớn.

“Có ai phản đối không?” Chủ tịch hỏi.

Adaora hắng giọng.
Mọi ánh mắt đều hướng về phía cô.

Cô do dự. Rồi thì thầm trong lòng:

Chúa Giêsu… Chúa sẽ làm gì khi ngồi vào chỗ của con?

Câu trả lời không phải là sấm sét. Nhưng nó đến ngay lập tức:
Bạn sẽ nói. Ngay cả khi điều đó khiến Bạn mất tất cả.

Cô hít thở thật sâu rồi nói:

“Tôi tin rằng dự án này vi phạm các giá trị của chúng tôi. Tôi bỏ phiếu không.”

Im lặng.

Một số người liếc nhìn nhau. Một người xáo trộn giấy tờ.
Một đối tác cấp cao cau mày.

Dù sao thì cuộc bỏ phiếu vẫn được thông qua.

Sau đó, một đồng nghiệp kéo cô sang một bên. "Bạn có biết điều đó sẽ khiến bạn mất cơ hội thăng chức trong tương lai không?"

Cô gật đầu. “Có thể. Nhưng không phải tâm hồn tôi.”

Nhiều tháng sau, khi các phương tiện truyền thông đưa tin về tình trạng di dời bất hợp pháp và tham nhũng, vị chủ tịch lúc trước cau mày giờ đã gọi cô vào văn phòng.

"Anh đã làm đúng," anh ta nói khẽ. "Anh đã giúp chúng tôi giữ được tên của mình."

Adaora không hả hê. Cô ấy chỉ mỉm cười.
Bởi vì sự chính trực không phải lúc nào cũng chiến thắng ngay lập tức. Nhưng nó luôn tỏa sáng — cuối cùng.

Suy ngẫm WWJD

Liệu Chúa Giê-su có bảo vệ lợi ích của người dân hay bảo vệ những người bị ảnh hưởng?

Sự khẳng định

“Tôi không phải để bán. Đức tin của tôi quyết định lựa chọn của tôi — không phải là nấc thang sự nghiệp của tôi.”

Tuyên bố cam kết

Hôm nay, tôi cam kết sẽ đấu tranh cho điều đúng đắn — ngay cả khi điều đó khiến tôi mất đi thành công.

Kế hoạch hành động

Hãy xem xét một lĩnh vực tại nơi làm việc mà bạn đã im lặng dưới áp lực. Hãy cầu xin Chúa ban cho bạn lòng can đảm để nói lên sự thật trong tình yêu thương.

Cầu nguyện

Chúa Giê-su, xin giúp con sống theo các giá trị của Ngài — chứ không phải theo tham vọng của con. Xin dạy con biết tôn vinh Ngài trong phòng họp, trong các cuộc gọi công việc và sau cánh cửa đóng kín. Xin cho sự lãnh đạo của con phản chiếu ánh sáng của Ngài. Amen.

Nhật ký

- Trong cuộc sống nghề nghiệp của mình, tôi đã thỏa hiệp hay bị cám dỗ ở đâu?
- Chúa Giê-su sẽ làm gì nếu Ngài đưa ra quyết định nghề nghiệp tiếp theo của tôi?
- Làm sao tôi có thể lãnh đạo một cách chính trực mà không cô lập mình?

Học nhóm/Câu hỏi thảo luận

1. Lòng trung thành trông như thế nào trong kinh doanh hoặc lãnh đạo?
2. Chúng ta sẽ phản ứng thế nào khi các giá trị của chúng ta khiến chúng ta không có cơ hội?
3. Những thói quen nào giúp chúng ta chống lại sự thỏa hiệp tinh tế?

Ngày 32 – Khi chính gia đình bạn không hiểu bạn

Câu chuyện xung đột giữa cha mẹ và thanh thiếu niên: "Tolu và cánh cửa giữa họ"

Tập trung vào Kinh Thánh

"Hỡi các bậc làm cha, đừng làm cho con cái mình tức giận vì cách đối xử với chúng, nhưng hãy nuôi dạy chúng bằng sự sửa phạt và khuyên bảo của Chúa."
— Ê-phê-sô 6:4 (BDM)

Câu chuyện

Tolu 16 tuổi.
Sáng tạo. Tò mò. Một cơn bão lặng lẽ của những suy nghĩ và cảm xúc.

Bà tin vào Chúa Jesus — bà thực sự tin — nhưng *không phải lúc nào cũng giống như cha mẹ bà* .

Bố cô là một phó tế. Mẹ cô dẫn đầu nhóm cầu nguyện của phụ nữ. Quy tắc của họ rất rõ ràng. Nhà thờ là không thể thương lượng. "Con gái ngoan" là huy hiệu im lặng mà cô phải đeo.

Nhưng Tolu có những câu hỏi.
Về khoa học. Về ân sủng. Về địa ngục. Cô không cố gắng nổi loạn — cô đang cố gắng hít thở.

Một buổi tối thứ sáu, sau một buổi họp gia đình căng thẳng, cuối cùng cô ấy thốt lên:

"Tại sao tôi không thể đặt câu hỏi mà không bị đối xử như thể tôi bị ma ám?"

Bố cô đóng sầm quyển Kinh Thánh lại. "Ma quỷ muốn làm con bối rối. Chúng ta sẽ không để điều đó xảy ra."

Tolu xông vào phòng. Đóng sầm cửa lại. Khóc vào gối.

Phía bên kia cánh cửa, cha cô ngồi im lặng.

Ông cầu nguyện - không chỉ vì thất vọng, mà còn vì sợ hãi.

"Chúa Giê-su… Ngài sẽ làm gì với một đứa trẻ bị trượt ngã?"

Anh không nghe thấy giọng nói nào. Chỉ có một cái kéo nhẹ: *Tôi sẽ lắng nghe.*

Đêm đó, anh gõ cửa phòng cô. "Tolu… Anh muốn hiểu. Chúng ta có thể nói chuyện không — không phải với tư cách là một nhà truyền giáo và con gái, mà là một người cha và một đứa con?"

Cô từ từ mở cửa, hai tay khoanh lại, lòng đau nhói.

"Tôi không muốn rời xa Chúa Jesus," cô thì thầm. "Tôi cũng không muốn đánh mất chính mình."

Anh gật đầu. "Vậy thì chúng ta hãy cùng nhau tìm lại Người nhé."

Họ không giải quyết được mọi chuyện vào đêm đó. Nhưng lần đầu tiên sau nhiều tháng… cánh cửa vẫn mở.

Suy ngẫm WWJD

Liệu Chúa Giê-su có bác bỏ sự nghi ngờ chân thành hay sẽ ngồi trả lời câu hỏi với tình yêu thương?

Sự khẳng định

"Những câu hỏi của tôi không làm tôi mất tư cách — Chúa Giêsu đồng hành cùng tôi qua những câu hỏi đó."

Tuyên bố cam kết

Hôm nay, tôi cam kết sẽ lắng nghe mà không phán xét — và yêu thương mà không sợ hãi.

Kế hoạch hành động

Thanh thiếu niên: Hãy trung thực với Chúa và một người lớn đáng tin cậy về những gì bạn đang phải vật lộn.
Cha mẹ: Hãy hỏi con bạn một câu hỏi — và thực sự lắng nghe.

Cầu nguyện

Chúa Jesus, cảm ơn Ngài đã kiên nhẫn với những nghi ngờ của con và những người thân yêu của con. Xin giúp con lắng nghe nhiều hơn, kiểm soát ít hơn và tạo ra một ngôi nhà nơi ân sủng dẫn dắt và tình yêu chiến thắng. Amen.

Nhật ký

- Tôi đang mang trong mình những câu hỏi hay nỗi sợ nào mà tôi chưa dám nói ra?
- Chúa Giêsu sẽ nói gì với tôi khi tôi còn là một thiếu niên bối rối — hoặc khi tôi là một phụ huynh bảo vệ con mình?
- Làm sao tôi có thể xây dựng những cây cầu khi sự im lặng và phán xét đã dựng nên những bức tường?

Học nhóm/Câu hỏi thảo luận

1. Điều gì khiến việc giao tiếp giữa cha mẹ và thanh thiếu niên trở nên khó khăn — ngay cả trong những gia đình theo đạo Thiên chúa?
2. Làm thế nào chúng ta có thể tách biệt sự kiểm soát khỏi sự chăm sóc?
3. Sẽ thế nào nếu tạo ra không gian an toàn để giải đáp thắc mắc trong gia đình chúng ta?

Ngày 33 – Khi Mọi Người Đều Có Kế Hoạch Cho Cuộc Đời Bạn

Câu chuyện kêu gọi: "Neema và giấc mơ cô ấy chôn vùi"

Tập trung vào Kinh Thánh

"Vì chúng ta là kiệt tác của Đức Chúa Trời. Ngài đã tạo dựng chúng ta mới trong Đấng Christ Jesus,
để chúng ta có thể thực hiện những điều tốt lành mà Ngài đã hoạch định cho chúng ta từ lâu."
— Ê-phê-sô 2:10 (BDM)

Câu chuyện

Neema luôn là "người có trách nhiệm".

Con gái đầu lòng. Người đầu tiên tốt nghiệp đại học. Người đầu tiên trong gia đình Tanzania nhận được học bổng du học luật tại Anh.

Cô ấy ghét luật pháp.

Nhưng cô ấy không bao giờ nói điều đó với ai cả.

Bố mẹ cô đã làm thêm giờ, bán đất, cầu nguyện suốt đêm — chỉ để cô có thể ngồi trong giảng đường.

Nhưng mỗi lần mở hồ sơ vụ án, cô lại cảm thấy như mình đang theo dõi cuộc sống của một người khác.

Cô ấy thực sự thích gì? **Viết lách.**
Cô ấy viết thơ dưới một cái tên giả trực tuyến. Cô ấy viết

blog vào đêm khuya. Cô ấy mơ ước kể những câu chuyện chữa lành cho mọi người.

Nhưng các nhà văn không phải trả hóa đơn - ít nhất, đó là điều mọi người đều nói.

Một đêm nọ, sau một buổi học tẻ nhạt, Neema đặt vở xuống, nhìn lên trần nhà và hỏi:

"Chúa Giê-su… Chúa tạo ra con để làm điều này, hay con chỉ đến đây thôi?"

Câu trả lời không phải là một con đường sự nghiệp mới hay một kế hoạch thoát hiểm thần thánh.
Đó là một lời thì thầm trong tâm hồn cô:

Tôi tạo ra bạn với mục đích. Bạn không ở đây một cách tình cờ — và tiếng nói của bạn rất quan trọng.

Vì vậy, cô ấy đã làm một điều nhỏ. Thật dũng cảm.

Cô ấy đã lập một blog.
Dưới tên của chính cô ấy. Về đức tin, sự bối rối, ước mơ và Chúa Jesus.

Bà vẫn học luật. Nhưng bà *trở nên sống động hơn* khi viết.

Một ngày nọ, một giáo sư đến gặp cô.

"Tôi đã đọc bài viết của bạn. Đây là lần đầu tiên tôi khóc sau 20 năm. Bạn đã nghĩ đến việc viết toàn thời gian chưa?"

Đó không phải là kết thúc của câu chuyện - nhưng đó là sự khởi đầu cho **việc sống theo tiếng gọi của mình** , chứ không phải là kế hoạch của người khác.

Suy ngẫm WWJD

Liệu Chúa Giê-su có làm im tiếng gọi của bạn để đáp ứng kỳ vọng hay thì thầm, *"Hãy theo Ta"*?

Sự khẳng định

"Tôi được tạo ra không chỉ để được chấp thuận mà còn có mục đích."

Tuyên bố cam kết

Hôm nay, tôi chọn khám phá tiếng gọi của Chúa thay vì áp lực của con người.

Kế hoạch hành động

Viết ra những gì mang lại sức sống cho bạn — sau đó thực hiện một bước nhỏ hướng tới điều đó trong tuần này. Chia sẻ với người ủng hộ hành trình đức tin của bạn.

Cầu nguyện

Chúa Jesus, cảm ơn Ngài vì con không phải là một sai lầm. Xin ban cho con lòng can đảm để theo đuổi những món quà Ngài đã đặt bên trong con. Giải thoát con khỏi nỗi sợ hãi, và giúp con bước đi trên con đường của Ngài — không phải của bất kỳ ai khác. Amen.

Nhật ký

- Tôi đã chôn vùi những giấc mơ nào vì sợ hãi hoặc áp lực?
- Tôi cảm thấy sống động nhất khi làm gì - ngay cả khi không ai vỗ tay?
- Chúa có thể đang nói gì về ơn gọi của tôi ngày hôm nay?

Học nhóm/Câu hỏi thảo luận

1. Chúng ta tin vào những lời dối trá nào về thành công và ơn gọi?
2. Làm thế nào chúng ta có thể hỗ trợ lẫn nhau trên con đường hướng tới mục đích thực sự mà Chúa ban cho?
3. Bạn cần thực hiện bước nào trong tháng này để tìm lại tiếng gọi của mình?

Ngày 34 – Khi bạn quên lý do bạn bắt đầu

Câu chuyện về bản sắc sáng tạo: "Levi và bài hát ngừng hát"

Tập trung vào Kinh Thánh

"Dù làm việc gì, hãy hết lòng mà làm, như làm cho Chúa chứ không phải làm cho người ta."
— Cô-lô-se 3:23 (NIV)

Câu chuyện

Levi là người dẫn dắt buổi thờ phượng tại một nhà thờ đô thị đang phát triển nhanh chóng ở Atlanta.

Ông đã viết nhạc. Dẫn dắt các sự kiện lớn. Có lượng người theo dõi khiêm tốn nhưng ngày càng tăng trên Spotify. Ông yêu Chúa Jesus — và âm nhạc đã là nhịp đập trái tim ông kể từ khi ông sáu tuổi.

Nhưng gần đây… sân khấu trở nên nặng nề hơn.

Anh ấy lướt Instagram nhiều hơn là đọc Kinh thánh.
So sánh giọng nói của mình với giọng nói của mọi người khác. Cảm thấy lo lắng trước buổi diễn vào Chủ Nhật, tự hỏi liệu mọi người có còn "cảm thấy sự xức dầu" không.

Một buổi chiều, sau khi kiểm tra âm thanh, anh ấy ở lại một mình và ngồi vào đàn piano.

Anh ấy không hát.
Anh ấy không chơi nhạc.

Anh ấy chỉ nhìn chằm chằm.

"Chúa Giê-su… Ngài sẽ làm gì nếu sân khấu át mất bài hát?"

Câu trả lời như một tiếng thở dài trong tâm hồn ông:

Tôi sẽ bước xuống sân khấu và ngồi dưới chân Chúa Cha.

Vì vậy Levi đã làm một điều gì đó cấp tiến.

Anh ấy đã nghỉ ngơi.

Không phải vì anh ấy muốn bỏ cuộc mà vì anh ấy muốn *ghi nhớ*.

Trong sự tĩnh lặng, anh lại viết. Không phải cho đám đông. Không phải cho số liệu. Cho **Người đã cho anh bài hát** .

Vài tuần sau, anh lại hát — không phải trên sân khấu, mà là tại một buổi tĩnh tâm dành cho thanh thiếu niên. Không có đèn. Không có buổi phát trực tiếp. Chỉ có 40 thanh thiếu niên và một cây đàn guitar acoustic.

Và lần đầu tiên sau một thời gian dài, anh lại cảm thấy bình yên.

Áp lực đã giảm bớt. Sự hiện diện đã trở lại.

Suy ngẫm WWJD

Liệu Chúa Giê-su sẽ tiếp tục biểu diễn để làm hài lòng mọi người — hay lùi lại để làm hài lòng Chúa Cha?

Sự khẳng định

"Món quà của tôi không phải để được khen ngợi mà là để được tôn thờ."

Tuyên bố cam kết

Hôm nay, tôi chọn sự hiện diện hơn là sự biểu diễn. Tôi quay trở lại với cốt lõi của sự thờ phượng.

Kế hoạch hành động

Hãy kiêng tự quảng cáo ngay hôm nay. Hãy sử dụng sự sáng tạo của bạn trong một không gian yên tĩnh, thiêng liêng — chỉ dành cho Chúa.

Cầu nguyện

Chúa Jesus, cảm ơn Ngài đã ban cho con những món quà. Xin tha thứ cho con vì đã dùng chúng để tìm kiếm sự chấp thuận thay vì thờ phượng. Xin đưa con trở về nơi bí mật, nơi chỉ có con và Ngài. Đó là nơi con muốn hát lên lần nữa. Amen.

Nhật ký

- Tôi đã làm gì nhiều hơn là thờ phượng?
- Tôi cần phải thoát khỏi điều gì để kết nối lại với lý do tôi bắt đầu?
- Chúa Giêsu muốn tôi tạo ra điều gì trong tuần này — chỉ dành cho Ngài?

Học nhóm/Câu hỏi thảo luận

1. Sự khác biệt giữa việc biểu diễn cho Chúa và thờ phượng Ngài là gì?
2. Những người sáng tạo có thể chống lại sự cám dỗ của việc so sánh và kiệt sức như thế nào?
3. Việc quay về với Chúa Giêsu làm mới lại nghệ thuật và niềm vui của bạn như thế nào?

Ngày 35 – Khi sự im lặng an toàn hơn là nói ra

Justice Story: "Malik và cuộc biểu tình mà anh ta suýt bỏ lỡ"

Tập trung vào Kinh Thánh

"Hãy học làm điều công bình; tìm kiếm công lý; bênh vực người bị áp bức; bênh vực kẻ mồ côi; biện hộ cho người góa bụa."
— Ê-sai 1:17 (NIV)

Câu chuyện

Malik được nuôi dưỡng trong một gia đình theo đạo Thiên chúa ở **Minneapolis** .

Ông lớn lên và nghe về ân sủng, sự thánh thiện, sự khiêm nhường. Nhà thờ của ông hát về công lý — nhưng chủ yếu là những thuật ngữ mơ hồ. Không có gì quá gây tranh cãi. Không có gì có thể chia rẽ cơ sở tài trợ.

Nhưng khi một vụ việc cảnh sát tàn bạo xảy ra tại thành phố của Malik, thế giới của anh đã thay đổi.

Người bạn thân nhất của anh ta — một anh chàng ăn nói nhỏ nhẹ tên là Devon — đã bị chặn lại, xô đẩy và bắt giữ mà không có lý do. Malik đã chứng kiến điều đó xảy ra.

Đêm đó, mạng xã hội bùng nổ. Các cuộc diễu hành bắt đầu. Bạn bè kêu gọi Malik tham gia. Nhưng các nhà lãnh đạo nhà thờ đã cảnh báo:

"Chúng ta đừng chính trị hóa vấn đề. Thay vào đó, hãy cầu nguyện."

Ông ấy đã cầu nguyện.

Nhưng những lời nói đó nghe có vẻ nhạt nhẽo.

Ông mở Phúc Âm. Xem Chúa Jesus lật ngược tình thế, đứng cùng những người bị ruồng bỏ, thách thức quyền lực tham nhũng — không phải bằng bạo lực, mà bằng *sự hiện diện* .

Anh ấy thì thầm:

"Chúa Giêsu… Chúa sẽ làm gì nếu Chúa là con ngay lúc này?"

Câu trả lời vang lên trong tâm trí ông:

Tôi sẽ đi. Tôi sẽ đứng. Tôi sẽ khóc. Tôi sẽ nói. Tôi sẽ yêu — bằng toàn bộ cơ thể của Tôi.

Vậy là Malik buộc dây giày. Đeo vòng đeo tay WWJD. Tham gia cuộc diễu hành hòa bình. Cầm tấm biển có dòng chữ: **"Công lý là tình yêu trong hành động".**

Một hãng tin địa phương đã chụp một bức ảnh. Một số người khen ngợi anh. Những người khác chỉ trích anh.

Nhưng đó không phải là vấn đề chính.

Ông không đến để được nhìn thấy.
Ông đến vì Chúa Giêsu *nhìn thấy nỗi đau khổ* — và luôn xuất hiện.

Suy ngẫm WWJD

Liệu Chúa Giê-su sẽ im lặng để giữ hòa bình hay nói sự thật chữa lành?

Sự khẳng định

"Tôi sẽ không im lặng khi tình yêu đòi hỏi một tiếng nói."

Tuyên bố cam kết

Hôm nay, tôi chọn bước đi trong công lý — không chỉ bằng lời nói, mà còn bằng hành động.

Kế hoạch hành động

Hãy lên tiếng vì những người đang bị đối xử bất công ngày hôm nay — trực tiếp, trực tuyến hoặc qua lời cầu nguyện. Hãy sử dụng tiếng nói của bạn một cách khôn ngoan và can đảm.

Cầu nguyện

Chúa Jêsus, Ngài đã bước vào những hệ thống đổ vỡ và mang đến chân lý của vương quốc. Xin khiến con can đảm như Ngài — không tức giận, nhưng tỉnh thức. Xin cho đức tin của con đầy hành động, lòng thương xót và công lý. Amen.

Nhật ký

- Tôi đã chứng kiến sự bất công nào nhưng lại im lặng?
- Chúa Giêsu muốn tôi phản ứng thế nào trước những đau khổ xung quanh tôi?
- Tôi có thể thực hiện bước đi táo bạo nào trong tuần này để trở thành tiếng nói của Ngài?

Học nhóm/Câu hỏi thảo luận

1. Tại sao công lý đôi khi bị coi là "quá chính trị" trong không gian Kitô giáo?
2. Chúa Giê-su đã thể hiện công lý, lòng thương xót và sự thật như thế nào?
3. Một lý do nào đó mà Chúa kêu gọi bạn quan tâm sâu sắc hơn?

Ngày 36 – Khi sự chữa lành không đến

Câu chuyện khuyết tật: "Jonas và phép màu trông giống như sự chờ đợi"

Tập trung vào Kinh Thánh

"Ân điển Ta đủ cho con rồi, vì sức mạnh của Ta nên trọn vẹn trong sự yếu đuối."
— 2 Cô-rinh-tô 12:9 (NIV)

Câu chuyện

Jonas đã cầu nguyện xin được chữa lành kể từ khi anh mới 8 tuổi.

Sinh ra với tình trạng thoái hóa thần kinh, anh đã học cách sử dụng xe lăn từ sớm. Anh cũng biết rằng **một số người theo đạo Thiên chúa không biết phải làm gì với anh.**

Một số người nói rằng ông cần thêm đức tin.
Những người khác hoàn toàn phớt lờ ông. Hầu hết đều tránh hỏi những câu hỏi khó.

Jonas không ngừng tin vào Chúa. Nhưng câu hỏi **không bao giờ rời khỏi anh** :

"Tại sao lại là tôi?"

Năm 22 tuổi, anh tham dự một hội nghị chữa bệnh với bạn bè. Nhà truyền giáo đặt tay lên hàng trăm người. Những chiếc nạng rơi xuống. Có người hét lên, "Anh ấy đang đi!"

Nhưng Jonas không đi.

Anh ta quay lại chỗ ngồi và nhìn chằm chằm vào đôi chân bất động của mình.

"Lạy Chúa Giêsu… nếu Chúa là con, Chúa sẽ làm gì?"

Và lần này, thay vì im lặng, Jonas cảm thấy có điều gì đó dâng trào bên trong:

Tôi sẽ tiếp tục xuất hiện. Tôi vẫn tin tưởng. Và tôi vẫn yêu thương.

Đêm đó, Jonas đã chia sẻ lời chứng của mình — không phải về sự chữa lành, mà là về **niềm vui trong sự chờ đợi** . Anh ấy đã nói về cách Chúa gặp anh ấy trong cơn trầm cảm. Anh ấy đã học được rằng mục đích không gắn liền với khả năng di chuyển hoàn hảo. Anh ấy đã không đi bộ vào đêm đó. Nhưng hai người đã dâng cuộc đời mình cho Chúa Jesus sau khi Ngài phán.

Một người thì thầm:

"Tôi đã cay đắng nhiều năm vì khuyết tật của mình. Bạn đã cho tôi hy vọng một lần nữa."

Jonas mỉm cười. Anh vẫn tin rằng Chúa có thể chữa lành cho anh.
Nhưng cho đến lúc đó, anh sẽ là một phép màu khác.

Suy ngẫm WWJD

Liệu Chúa Giê-su có bỏ đi khi sự chữa lành bị trì hoãn hay sẽ yêu thương sâu sắc trong lúc chờ đợi?

Sự khẳng định

"Tôi không bị tan vỡ – tôi được yêu thương sâu sắc, ngay tại nơi tôi đang ở."

Tuyên bố cam kết

Hôm nay, tôi chọn tin cậy Chúa Jesus — không chỉ vì phép lạ, mà còn vì sự mầu nhiệm.

Kế hoạch hành động

Tiếp cận người khuyết tật có thể nhìn thấy hoặc không nhìn thấy. Hỏi xem bạn có thể hỗ trợ, động viên hoặc chỉ ngồi cùng họ như thế nào.

Cầu nguyện

Chúa Jesus, cảm ơn Ngài vì sự chữa lành không định nghĩa lòng nhân từ của Ngài. Xin giúp con tin cậy Ngài ngay cả khi con không thấy câu trả lời. Xin dùng nỗi đau của con làm bệ phóng cho tình yêu của Ngài. Xin cho cuộc sống con được trọn vẹn, ngay cả khi thân xác con không được trọn vẹn. Amen.

Nhật ký

- Tôi có đánh đồng tình yêu của Chúa với sự chữa lành hay thành công của mình không?

- Sẽ thế nào khi bước đi cùng Chúa Giêsu ngay cả khi bị khuyết tật hoặc hạn chế?
- Làm thế nào câu chuyện của tôi có thể mang lại ánh sáng cho người khác?

Học nhóm/Câu hỏi thảo luận

1. Tại sao chúng ta thường gắn quyền năng của Chúa với việc chữa lành về mặt thể xác?
2. Làm thế nào chúng ta có thể tôn vinh và hòa nhập những người khuyết tật vào nhà thờ và cộng đồng của chúng ta?
3. "Sự trọn vẹn" trông như thế nào theo quan điểm của thiên đàng?

Ngày 37 – Khi Chúa không trả lời như bạn mong đợi

Câu chuyện đau buồn và mất mát: "Amira và chiếc nôi trống rỗng"

Tập trung vào Kinh Thánh

"Dầu khi tôi đi trong trũng tối tăm, tôi sẽ chẳng sợ tai họa nào, vì Chúa ở cùng tôi."
— Thi Thiên 23:4 (NIV)

Câu chuyện

Amira đã cầu nguyện trước mỗi lần siêu âm.

Cô và chồng đã chờ đợi bốn năm để thụ thai.
Họ đã ăn chay. Tuyên bố lời hứa. Nhảy múa trong nhà thờ khi xét nghiệm cho kết quả dương tính. Họ thậm chí còn đặt tên cho con gái trước khi cô bé chào đời là — *Zoe* , có nghĩa là "cuộc sống".

Nhưng vào một buổi sáng khi thai kỳ được tám tháng, nhịp tim của cô ngừng đập.

Các bác sĩ cho biết tình trạng này xảy ra đột ngột.
Không thể phòng ngừa được. Hiếm gặp.

Tất cả những điều đó đều không quan trọng.

Cô ấy trở về nhà với một vết sẹo, một chiếc ghế ô tô trống rỗng và sự im lặng bao trùm ngôi nhà như sương mù.

Cô ấy không còn hát nữa. Không đi nhà thờ.
Cô ấy ngừng viết nhật ký.
Cô ấy thậm chí ngừng cầu nguyện — cho đến một đêm, ngồi trong phòng trẻ em chưa hoàn thiện của Zoe, cô ấy thì thầm,

"Chúa Giêsu… Ngài ở đâu?"

Và lần đầu tiên sau nhiều tuần, cô cảm thấy điều đó.
Không phải là câu trả lời. Một sự hiện diện.

Cô khóc đến mức phổi đau nhói.
Và rồi cô hỏi:

"Bạn sẽ làm gì… nếu bạn là người phải chịu đựng nỗi đau này?"

Bà tưởng tượng Chúa Jesus ở ngôi mộ của Lazarus — đang khóc.
Không phải đang thuyết giảng. Không phải đang giải thích.
Chỉ là đang khóc.

Và ngay lúc đó, cô đã biết:

Anh không tránh xa nỗi đau của cô mà bước vào đó.

Amira không tìm được giải pháp vào đêm đó.
Nhưng cô đã tìm thấy một bàn tay trong bóng tối.

Cô hiện đang lãnh đạo một nhóm hỗ trợ nhỏ dành cho những bà mẹ đang đau buồn.
Cô không đưa ra những lời sáo rỗng. Cô mang đến những giọt nước mắt. Và hy vọng.

Bởi vì ngay cả khi máng cỏ trống rỗng, Chúa Giêsu vẫn tràn đầy tình yêu thương.

Suy ngẫm WWJD

Liệu Chúa Giê-su sẽ đưa ra câu trả lời hay sẽ ban chính Ngài?

Sự khẳng định

"Nỗi đau của tôi không phải là sự trừng phạt. Nỗi đau của tôi không bị lãng quên."

Tuyên bố cam kết

Hôm nay, tôi quyết định mang những câu hỏi chưa có lời giải đáp của mình đến trước sự hiện diện của Đức Chúa Trời thành tín.

Kế hoạch hành động

Tiếp cận người đang đau buồn — đừng đưa ra giải pháp. Hãy hiện diện, cảm thông và yêu thương.

Cầu nguyện

Chúa Jesus, cảm ơn Ngài vì Ngài không cần phải sửa chữa mọi thứ để ở gần. Con mời Ngài vào nỗi đau buồn của con. Hãy đồng hành cùng con qua những điều con không hiểu.

Hãy là sự an ủi của con. Hãy là điểm tựa của con. Hãy là đủ. Amen.

Nhật ký

- Tôi đã phải đấu tranh để hòa giải với lòng nhân từ của Chúa những mất mát nào?
- Sẽ thế nào nếu chúng ta cùng đau buồn với Chúa — chứ không phải tách biệt khỏi Ngài?
- Lúc này Chúa Giêsu đang nhẹ nhàng ngồi bên tôi ở đâu?

Học nhóm/Câu hỏi thảo luận

1. Tại sao nỗi đau buồn lại là chủ đề khó nói đến đối với nhiều Cơ đốc nhân?
2. Sự khác biệt giữa câu trả lời và sự thoải mái là gì?
3. Làm thế nào chúng ta có thể trở thành nơi an toàn cho những người đang trải qua mất mát?

Ngày 38 – Khi Cuộn Giấy Không Bao Giờ Thỏa Mãn

Câu chuyện về phương tiện truyền thông xã hội và danh tính: "Kayla và bộ lọc mà cô ấy không thể theo kịp"

Tập trung vào Kinh Thánh

"Đừng bắt chước cách cư xử và phong tục của thế gian này, nhưng hãy để Đức Chúa Trời biến đổi anh em thành người mới bằng cách thay đổi cách suy nghĩ của anh em."
— Rô-ma 12:2 (BDM)

Câu chuyện

Kayla luôn trực tuyến.

Cô ấy không cố gắng trở nên nổi tiếng mà chỉ cố gắng không cảm thấy mình vô hình.

Bài đăng của cô ấy rất sạch sẽ. Ảnh tự sướng tươi cười, những câu Kinh thánh tinh tế, những đoạn phim truyền cảm hứng. Mọi người nói cô ấy tự tin, khích lệ và xinh đẹp.

Nhưng Kayla không cảm thấy mình xinh đẹp.

Cô ấy lọc khuôn mặt, chỉnh sửa vòng eo, xóa bất kỳ thứ gì dưới 100 lượt thích.
Cô ấy dành hàng giờ để so sánh. Luôn có người khác nổi tiếng hơn, tâm linh hơn, hoàn hảo hơn.

Tình hình trở nên tệ hơn vào ban đêm.

Cô ấy cuộn trang thay vì ngủ, thì thầm những lời cầu nguyện như,

"Chúa ơi… tại sao con lại cảm thấy trống rỗng đến thế khi có quá nhiều người theo dõi?"

Rồi một buổi tối, sau khi đăng một đoạn phim mới nhưng hầu như không ai biết đến, cô nhìn chằm chằm vào màn hình và cuối cùng hỏi một câu hỏi khó hơn:

"Chúa Giêsu… nếu Chúa là con, Chúa sẽ làm gì?"

Câu trả lời tuy nhẹ nhàng nhưng rõ ràng:

Tôi sẽ tránh xa tiếng ồn và ngồi với Chúa Cha.

Vì vậy, Kayla đã làm một điều mà cô cảm thấy cực đoan trong thế giới của mình:

Cô ấy đã đăng xuất. Trong một tuần.
Không đăng bài. Không cuộn trang. Chỉ có cuộc sống thực.

Lúc đầu cô cảm thấy lạ lẫm.
Nhưng sau đó… tự do.

Cô ấy lại viết nhật ký. Nói chuyện với Chúa bằng những câu đầy đủ. Đi dạo mà không ghi chép lại.
Cô ấy nhớ mình là ai — và Cô ấy thuộc về *Ai* .

Khi cô ấy trở lại trực tuyến, cô ấy không cố gắng gây ấn tượng.
Cô ấy chỉ chia sẻ một bức ảnh mặt mộc của mình và viết:

"Sự chữa lành không phải lúc nào cũng đẹp đẽ — nhưng Chúa Jesus vẫn gọi nó là đẹp đẽ."

Bài đăng đó?
Bài đăng chân thực nhất của cô ấy. Bài đăng giải phóng nhất của cô ấy. Và bài đăng hấp dẫn nhất của cô ấy — bởi vì lần này, cô ấy không cố gắng để được yêu thích. Cô ấy đang sống **thật** .

Suy ngẫm WWJD

Chúa Giê-su sẽ theo đuổi sự chấp thuận hay an nghỉ trong danh tính?

Sự khẳng định

"Tôi được Chúa nhìn thấy — Tôi không cần thế gian công nhận tôi."

Tuyên bố cam kết

Hôm nay, tôi chọn sự chân thực hơn là sự chấp thuận. Tôi thuộc về Chúa Jesus — không có bộ lọc.

Kế hoạch hành động

Hãy nghỉ ngơi 24 giờ. Hãy hỏi Chúa xem Ngài muốn nói gì trong sự im lặng.

Cầu nguyện

Chúa Giê-su, xin dạy con biết đăng nhập vào sự hiện diện của Ngài nhiều hơn là vào nguồn cấp dữ liệu của con. Xin chữa lành những nơi con cảm thấy mình kém cỏi. Xin nhắc con rằng con đã được yêu thương — không bị lọc. Xin cho cuộc sống con phản ánh sự thật của Ngài. Amen.

Nhật ký

- Những cảm xúc hoặc sự so sánh nào nảy sinh khi tôi trực tuyến?
- Sẽ thế nào nếu tôi tìm thấy bản sắc của mình nơi Chúa Jesus thay vì mạng xã hội?
- Chúa Giêsu định nghĩa vẻ đẹp, giá trị và phẩm giá như thế nào?

Học nhóm/Câu hỏi thảo luận

1. Làm sao chúng ta có thể sử dụng mạng xã hội mà không để nó định nghĩa mình?
2. Sự nghỉ ngơi hoặc ranh giới kỹ thuật số trông như thế nào trong thế giới ngày nay?
3. Làm thế nào chúng ta có thể khuyến khích những tín đồ trẻ tuổi chấp nhận bản sắc mà Chúa ban cho?

Ngày 39 – Khi Nhà Thờ Làm Tan Vỡ Trái Tim Bạn

Câu chuyện về sự tổn thương và phá hủy của nhà thờ: "Noah và Đức Chúa Trời đã ở lại"

Tập trung vào Kinh Thánh

"Hỡi những ai mệt mỏi và gánh nặng, hãy đến cùng Ta, Ta sẽ cho các ngươi được yên nghỉ."
— Ma-thi-ơ 11:28 (NIV)

Câu chuyện

Noah đã không đến nhà thờ trong hai năm.

Ông từng dẫn dắt việc thờ phượng. Ông
từng yêu thích nhóm nhỏ. Ông từng tin rằng nhà thờ là nơi an toàn.

Cho đến khi nó không còn như vậy nữa.

Khi mục sư của ông che đậy việc lạm dụng để "bảo vệ chức thánh", mọi thứ trong Noah đều tan vỡ.
Ông nhìn thấy đằng sau bức màn — và nó không thánh thiện. Bạn bè bảo ông hãy tha thứ và bước tiếp. Nhưng trái tim ông vẫn rỉ máu.

Anh ấy đã thử những nhà thờ khác. Ngồi ở hàng ghế sau.
Rời đi trước khi bài hát cuối cùng kết thúc.
Nhưng mỗi lần, cơn giận dữ cũ lại quay trở lại.

"Làm sao Chúa có thể để dân sự của Ngài làm hại nhiều người như vậy?"

Một đêm nọ, khi lướt qua một podcast khác về "phá vỡ đức tin", Noah dừng lại.
Anh thì thầm,

"Chúa Giêsu… Ngài có thật không — hay họ chỉ giả vờ?"

Căn phòng im lặng.
Nhưng Noah cảm thấy điều gì đó bất ngờ:
Lòng trắc ẩn. Không phải sự lên án.

Ông cầm lấy quyển Kinh Thánh mà ông đã không mở trong nhiều tháng và lật đến Giăng 6 — nơi Chúa Jesus hỏi các môn đồ của Ngài rằng họ có muốn rời đi không. Phi-e-rơ trả lời:

"Lạy Chúa, chúng con sẽ theo ai? Chúa có lời ban sự sống đời đời."

Nô-ê suy sụp.
Không phải vì ông đã tìm thấy mọi câu trả lời — mà vì Chúa Jesus không bao giờ rời đi.

Ông nhận ra rằng:

Chúa Jesus không phản bội tôi. Con người đã phản bội tôi.
Và Ngài vẫn đáng để theo.

Noah đôi khi vẫn đấu tranh.
Nhưng giờ đây, anh ấy gặp gỡ hàng tuần với một vài người khác cũng bị tổn thương — không phải để chỉ trích nhà thờ, mà là để cùng nhau tìm lại Chúa Jesus.

Suy ngẫm WWJD

Liệu Chúa Jesus có làm bạn xấu hổ vì những nghi ngờ của bạn — hay ngồi trong nỗi đau của bạn và nhẹ nhàng dẫn bạn trở về với Ngài?

Sự khẳng định

"Đức tin của tôi không nằm ở con người — mà nằm ở Chúa Kitô, Đấng không bao giờ thất bại."

Tuyên bố cam kết

Hôm nay, tôi chọn bước về phía Chúa Jesus — ngay cả khi tôi đang khập khiễng.

Kế hoạch hành động

Viết một lá thư cho Chúa Jesus — không phải cho nhà thờ — và thành thật nói với Ngài cảm xúc của bạn. Sau đó, hãy cầu xin Ngài giúp bạn bắt đầu chữa lành.

Cầu nguyện

Chúa Giê-xu, con đã bị tổn thương bởi những người xưng nhận danh Ngài. Con đã tự hỏi liệu Ngài có thật không. Nhưng con ở đây — vẫn hy vọng. Vẫn vươn tới. Gặp con trong sự nghi ngờ của con. Chữa lành những gì mọi người đã phá vỡ. Và dẫn con trở về với trái tim Ngài. Amen.

Nhật ký

- Phần nào trong sự thất vọng của tôi là hướng về Chúa thay vì con người?
- Sẽ như thế nào nếu kết nối lại với Chúa Jesus ngoài biểu diễn hoặc nỗi đau?
- Làm sao tôi có thể tìm được một nơi an toàn để chữa lành tâm linh?

Học nhóm/Câu hỏi thảo luận

1. Tại sao việc tách biệt tính cách của Chúa Kitô khỏi những thất bại của Cơ Đốc nhân lại quan trọng?
2. Làm sao chúng ta có thể hỗ trợ những người đang trải qua quá trình giải cấu trúc mà không cảm thấy xấu hổ?
3. Xây dựng lại niềm tin theo cách lành mạnh và trung thực trông như thế nào?

Ngày 40 – Sẽ thế nào nếu tất cả chúng ta thực sự làm những gì Chúa Jesus sẽ làm?

Thử thách Ủy ban Toàn cầu Cuối cùng: "Phong trào Bắt đầu từ Tôi"

Tập trung vào Kinh Thánh

"Bất cứ ai nói rằng mình sống trong Ngài thì phải sống như Chúa Jesus đã sống."
— 1 Giăng 2:6 (NIV)

Câu chuyện

Những câu chuyện đến từ khắp mọi nơi.

Từ những tòa nhà cao tầng ở Hồng Kông đến những con đường bụi bặm ở Nigeria.
Từ những căn bếp ở Cairo đến các cuộc biểu tình ở New York. Từ các nhóm thanh niên ở Nam Phi đến những lều trại tị nạn ở Sudan. Họ đã hỏi đi hỏi lại cùng một câu hỏi:

"Chúa Giê-su sẽ làm gì… nếu Người là tôi?"

Sẽ thế nào nếu tất cả chúng ta đều **trả lời câu hỏi đó** - không chỉ một lần, mà là mỗi ngày?

Nếu chúng ta để câu hỏi đó vào:

- **Ngôi nhà** – nơi sự tha thứ thay thế sự im lặng?
- **Điện thoại** — nơi tính toàn vẹn quản lý nguồn cấp dữ liệu của chúng ta?
- **Nhà thờ** – nơi những người bị thương được chào đón chứ không phải bị bỏ rơi?

- **Văn phòng** – nơi mà lợi nhuận phải tuân theo sự thật?
- **Tâm trí** — nơi mà sự lo lắng gặp gỡ sự bình an của sự hiện diện của Ngài?
- **Thành phố** – nơi công lý, lòng trắc ẩn và Phúc âm song hành cùng nhau?

Bởi vì Chúa Jesus không phải là một lý thuyết.
Không phải một hashtag. Không phải một nhãn dán. Ngài là một lối sống.

Và bây giờ câu hỏi đặt ra là:

Bạn sẽ làm gì — vì Chúa Jesus sống trong *bạn* ?"

Phong trào này không phải là một xu hướng. Đó là một sự chuyển đổi.
Và nó bắt đầu bằng một từ: **có** .

Có với chân lý.
Có với tình yêu. Có với lòng can đảm. Có với thập giá. Có với việc bước **theo dấu chân Ngài** — bất cứ nơi nào chúng dẫn đến.

Suy ngẫm WWJD

Liệu Chúa Jesus có được an toàn hay sẽ sai bạn đi như ánh sáng vào nơi tối tăm?

Sự khẳng định

"Tôi sẽ sống, yêu, nói và lãnh đạo như Chúa Jesus — bất kể giá nào."

Tuyên bố cam kết

Hôm nay, tôi xin **đồng ý** bước theo dấu chân Ngài — từ ngày này trở đi.

Kế hoạch hành động

Xem lại một câu chuyện từ hành trình 40 ngày này. Hãy hỏi Chúa xem bạn vẫn cần phải di chuyển đến đâu. Viết kế hoạch hành động WWJD cá nhân của bạn trong 30 ngày tới — và thực hiện.

Cầu nguyện

Chúa Giê-su, Chúa đã đồng hành cùng con trong suốt 40 ngày này. Bây giờ xin hãy sai con đi — đầy tình yêu, sự thật, lòng can đảm và ân sủng. Xin giúp con sống thành tiếng những gì Chúa đã thì thầm riêng tư. Xin cho con trở thành đôi tay, tiếng nói và ánh sáng của Chúa — ngay tại đây, ngay lúc này. Amen.

Nhật ký

- Điều gì đã thay đổi ở tôi trong 40 ngày qua?
- Chúa Giêsu muốn tôi đi đâu từ đây?

- Sẽ thế nào nếu tôi thực sự sống mỗi ngày và tự hỏi: "Chúa Jesus sẽ làm gì?"

Học nhóm/Thảo luận cuối cùng

1. Khoảnh khắc nào trong bài suy ngẫm này tác động đến bạn nhiều nhất?
2. Câu chuyện nào phản ánh giai đoạn hiện tại trong cuộc sống của bạn?
3. Bạn có thể mang thử thách này vào cộng đồng, nhóm hoặc nhà thờ của mình như thế nào?

WWJD bắt đầu ngay bây giờ

Bạn đã hoàn thành thử thách 40 ngày — nhưng hành trình thực sự mới chỉ bắt đầu.

Từ bây giờ, hãy để đây là bài quốc ca của bạn:

**"Tôi sẽ không bằng lòng với Cơ đốc giáo dễ chịu.
Tôi sẽ sống như Chúa Jesus — và thế giới sẽ cảm nhận được sự khác biệt."**

Kết luận: Đây chỉ là sự khởi đầu

Bạn đã trải qua 40 ngày với những câu chuyện, những cuộc đấu tranh, lời cầu nguyện và những câu hỏi sâu sắc — không chỉ về những gì *Chúa Jesus* sẽ làm, mà còn về những gì **bạn** được kêu gọi làm vì Ngài sống trong bạn.

Bạn đã khóc với những người tan vỡ.
Đứng với những người dũng cảm. Ngồi với những người bối rối. Và thì thầm những lời cầu nguyện trong nỗi đau và lời ca ngợi.

Nhưng đây chưa phải là kết thúc.

Đây là khởi đầu của một lối sống mới - nơi mà **câu hỏi "Chúa Giêsu sẽ làm gì?" trở thành nhịp điệu hàng ngày** , không chỉ là khoảnh khắc suy ngẫm.

Bạn không chỉ là một độc giả.
Bạn là một nhân chứng. Bạn không chỉ được truyền cảm hứng. Bạn được *kêu gọi* .
Không phải để sao chép con đường của người khác — mà là để **bước theo bước chân của Ngài** , bất cứ nơi nào họ dẫn đến.

Và họ sẽ dẫn dắt bạn:

- Đến những nơi không thoải mái — nơi tình yêu lớn hơn nỗi sợ hãi.
- Đến với những gia đình tan vỡ - nơi sự chữa lành chảy qua sự khiêm nhường.
- Vào phòng họp của công ty — nơi tính chính trực được đề cao.

- Vào nền văn hóa thanh thiếu niên và không gian trực tuyến — nơi ánh sáng xuyên qua sương mù.
- Vào chính trái tim bạn — nơi Chúa Giêsu vẫn thì thầm, "Hãy theo Ta."

Ngài không hứa sự dễ dàng.
Nhưng Ngài hứa **sự hiện diện** .
Ngài hứa **quyền năng** .
Và Ngài hứa rằng lời "có" của bạn sẽ lan tỏa đến cõi vĩnh hằng.

Vì vậy, đừng dừng lại ở đây.

Hãy tiếp tục hỏi.
Hãy tiếp tục theo đuổi. Hãy tiếp tục sống như Ngài đã sống — trong lòng can đảm, trong lòng trắc ẩn, trong sự thật và trong đức tin.

Bởi vì thế giới không thay đổi bởi thông tin.
Nó thay đổi bởi **sự chuyển đổi** .

Và điều đó bắt đầu bằng một quyết định cấp tiến:

Tôi sẽ sống như Chúa Jesus — ngay cả khi không ai khác làm như vậy.

Bạn đã trả lời được câu hỏi.
Bây giờ, hãy sống với câu trả lời.

Bước Vĩ Đại Nhất — Nói Có với Chúa Jesus

Làm thế nào để được tái sinh và bắt đầu một cuộc sống mới với Chúa Kitô

Có thể bạn đã từng đồng hành cùng Chúa Jesus trước đây, hoặc có thể bạn mới gặp Ngài trong 40 ngày này. Nhưng ngay lúc này, có điều gì đó bên trong bạn đang khuấy động.

Bạn đã sẵn sàng cho nhiều thứ hơn là tôn giáo.
Bạn đã sẵn sàng cho **mối quan hệ** .
Bạn đã sẵn sàng để nói, "Chúa Jesus, con cần Ngài."

Sự thật là:

"Vì mọi người đều đã phạm tội; chúng ta thảy đều thiếu mất sự vinh hiển của Đức Chúa Trời… nhưng Đức Chúa Trời, trong ân điển của Ngài, đã tự do khiến chúng ta trở nên công chính trước mặt Ngài."
— Rô-ma 3:23–24 (BDM)

Bạn không thể kiếm được sự cứu rỗi.
Bạn không thể tự sửa chữa mình. Nhưng Chúa Jesus đã trả giá đầy đủ — và Ngài đang chờ đợi để chào đón bạn về nhà.

Làm thế nào để được tái sinh

Được tái sinh có nghĩa là đầu phục cuộc đời bạn cho Chúa Jesus — chấp nhận sự tha thứ của Ngài, tin rằng Ngài đã chết và sống lại, và tiếp nhận Ngài làm Chúa và Cứu Chúa của bạn.

Thật đơn giản. Thật mạnh mẽ. Nó thay đổi mọi thứ.

Hãy cầu nguyện lớn tiếng:

"Lạy Chúa Jesus, con tin rằng Ngài là Con Đức Chúa Trời.
Con tin rằng Ngài đã chết vì tội lỗi của con và đã sống lại.
Con thú nhận rằng con đã phạm tội và con cần sự tha thứ của Ngài.
Hôm nay, con ăn năn và từ bỏ những đường lối cũ của mình.
Con mời Ngài vào cuộc đời con để làm Chúa và Cứu Chúa của con.
Xin rửa sạch con. Xin đổ đầy Thánh Linh của Ngài vào con.
Con tuyên bố rằng con đã được tái sinh, được tha thứ và được tự do.
Từ ngày hôm nay trở đi, con sẽ theo Ngài —
và con sẽ sống theo bước chân Ngài.
Cảm ơn Ngài đã cứu con. Nhân danh Chúa Jesus, amen."

Những Bước Tiếp Theo Sau Khi Được Cứu Rỗi

1. **Nói với ai đó** – Chia sẻ quyết định của bạn với một người có đức tin mà bạn tin tưởng.
2. **Tìm một Nhà thờ dựa trên Kinh thánh** – Tham gia một cộng đồng dạy Lời Chúa và sống theo Lời Chúa. Truy cập các mục vụ của God's Eagle trực tuyến qua https://www.otakada.org hoặc https://chat.whatsapp.com/H67spSun32DDTma8TLh0ov
3. **Làm lễ rửa tội** – Thực hiện bước tiếp theo để công khai tuyên bố đức tin của bạn.
4. **Đọc Kinh Thánh hằng ngày** – Bắt đầu với Phúc âm John.
5. **Cầu nguyện mỗi ngày** – Nói chuyện với Chúa như một người bạn và một người Cha.
6. **Giữ kết nối** – Hãy ở bên những người khuyến khích bạn thực hiện bước đi mới.

Khoảnh khắc cứu rỗi của tôi

Ngày : ______________________

Chữ ký : ____________________

"Nếu ai ở trong Đấng Christ, người ấy là người dựng nên mới; những gì cũ đã qua đi, nầy mọi sự đều trở nên mới!"
— 2 Cô-rinh-tô 5:17

Giấy chứng nhận cuộc sống mới trong Chúa Kitô

Tuyên Ngôn Cứu Rỗi – Tái Sinh Bởi Ân Điển

Điều này chứng nhận rằng

____

(Họ và tên đầy đủ)

đã công khai tuyên bố **đức tin nơi Chúa Jesus Christ** là Chúa và Cứu Chúa và đã nhận được món quà cứu rỗi miễn phí qua sự chết và sự phục sinh của Ngài.

"Nếu anh em công khai tuyên xưng Đức Chúa Jêsus là Chúa và tin trong lòng rằng Đức Chúa Trời đã khiến Ngài từ cõi chết sống lại, thì anh em sẽ được cứu."
— Rô-ma 10:9 (BDM)

Vào ngày này, thiên đàng hân hoan và một hành trình mới bắt đầu.

Ngày quyết định : ____________________________

Chữ ký : ___________________________________

Tuyên bố cứu rỗi

"Hôm nay, tôi dâng cuộc đời mình cho Chúa Jesus Christ. Tôi tin rằng Ngài đã chết vì tội lỗi của tôi và đã sống lại. Tôi tiếp nhận Ngài làm Chúa và Cứu Chúa của tôi. Tôi được tha thứ, được tái sinh và được đổi mới. Từ thời điểm này trở đi, tôi sẽ bước theo bước chân Ngài."

Chào mừng đến với Gia đình của Chúa!

Tên của bạn được ghi trong Sách Sự Sống của Chiên Con. Câu chuyện của bạn chỉ mới bắt đầu — và nó là vĩnh cửu.

Các cuốn sách khác được xuất bản bởi tác giả

Được yêu thương, được lựa chọn và trọn vẹn: Hành trình 30 ngày từ sự từ chối đến sự phục hồi được dịch sang 40 ngôn ngữ trên thế giới

https://www.amazon.com/Loved-Chosen-Whole-Rejection-Restoration-ebook/dp/B0F9VSD8WL

Bạn có thể tìm thấy những cuốn sách khác trên trang tác giả https://www.amazon.com/stores/Ambassador-Monday-O.-Ogbe/author/B07MSBPFNX

www.ingramcontent.com/pod-product-compliance
Lightning Source LLC
LaVergne TN
LVHW010930051026
849532LV00003B/918